ஊர் சுற்றிப் பறவை

குமரி மாவட்டத்தில் ஒரு சரித்திரப் பயணம்

ராம் தங்கம்

வானவில்
10/2 (8/2) போலீஸ் குவார்ட்டர்ஸ் சாலை (முதல் தளம்)
(தியாகராயநகர் பேருந்து நிலையத்திற்கும் காவல் நிலையத்திற்கும் இடைப்பட்ட சாலை)
தியாகராயநகர், சென்னை - 600 017
தொலைபேசி : 29860070, 24342771. கைபேசி: 72000 50073
Vanavil Puthakalayam 6 th sense_karthi
e-mail : vanavilputhakalayam@gmail.com
Website: www.sixthsensepublications.com

Publisher
Karthikeyan Pugalendi

Managing Editor
P. Karthikeyan

Layout
Mcreative

No part of this book may be reproduced or transmitted in any form without permission in writing from the author or publisher

நீங்கள் Smart Phone உபயோகிப்பவராக இருந்தால் QR Code Reader Application மூலம் இதை Scan செய்தால் நேரடியாக எமது இணையதளத்திற்கு சென்று மேலும் எங்கள் வெளியீடுகள் பற்றிய விவரங்களைப் பெறலாம்.

ISBN : 978-93-93699-10-7

Title:
Oor Sutri Paravi

Author:
Ram Thangam

Address:
Vanavil Puthakalayam
10/2(8/2) Police Quarters Road(1st Floor),
(Between Thiyagaraya Nagar Bus Stop & Police Station)
Thiyagaraya Nagar, Chennai - 17
Phone: 2986 0070, 2434 2771
Cell: **72**000 **5**00**73**
Vanavil Puthakalayam
6 th sense_karthi
e-mail : vanavilputhakalayam@gmail.com
Website: www. sixthsensepublications.com
Pages : 160

Price : ₹199/-

© **Ram Thangam**

தலைப்பு : ஊர் சுற்றிப் பறவை
நூலாசிரியர் : ராம் தங்கம்
பக்கங்கள்: 160
விலை: **₹199/-**
முதற்பதிப்பு:
டிசம்பர், 2021
வானவில் புத்தகாலயம்
10/2 (8/2) போலீஸ்குவார்ட்டர்ஸ் சாலை (முதல் தளம்)
(தியாகராயநகர் பேருந்து நிலையத்திற்கும் காவல் நிலையத்திற்கும் இடைப்பட்ட சாலை)
தியாகராயநகர், சென்னை&600 017
தொலைபேசி : 2986 0070, 2434 2771
கைபேசி: 72000 50073
மின்னஞ்சல்: vanavilputhakalayam@gmail.com

இந்தப் புத்தகத்திலுள்ள எந்த ஒரு பகுதியையும் பதிப்பாளர் மற்றும் எழுத்தாளர் அனுமதியை எழுத்து மூலம் பெறாமல் பதிப்பிக்கக் கூடாது.

இனிய பதிவு

தமிழகத்தில் மாவட்டங்கள் பற்றிய தனித்தனி வரலாறு, பண்பாடு, சமூகம், வழக்காறுகள், கோவில்கள் குறித்த நூல்கள் மிகக் குறைவாகவே வந்திருக்கின்றன. கொங்குநாடு குறித்த பல அறிவான ஆய்வுகளை மயிலை சீனி வேங்கடசாமி, புலவர் ராசு என மிகச்சிலர் செய்திருக்கின்றனர். நெல்லை மாவட்டம் பற்றிய வரலாறு, பண்பாடு தொடர்பாக 18 க்கு மேற்பட்ட நூற்கள் வந்துள்ளன. தர்மபுரி, நாமக்கல் என சில மாவட்டங்களை பற்றிய பதிவுகள் குறைவு. இவற்றில் கன்னியாகுமரி மாவட்டம் குறித்து பல நூற்கள் வந்துள்ளன.

ஆங்கிலேயர் ஆட்சியின் போது நிர்வாக வசதிக்காக மாவட்டங்கள் பிரிக்கப்பட்டபோது, அதன் வரலாறு அதிகாரிகளுக்குத் தேவையாக இருந்தது. இதனால் மாவட்ட வரலாறு உருவாக்கப்பட்டன. அந்தப் பொறுப்பை அப்போதைய ஐசிஎஸ் அதிகாரிகளே ஏற்றுக்கொண்டனர். தமிழ்நாட்டிலேயே மதுரை மாவட்டத்திற்கு தான் முதலில் மாவட்ட வழிகாட்டி - வரலாறு வந்தது. ஜே. எச் நெல்சன் 1869ல் வெளியிட் [illegible] இந்த நூல் 19-ம் நூற்றாண்டின் சமநிலை செய்திகளையும் பதிவு செய்துள்ளது. இதை மாதிரியாகக் கொண்டு திருநெல்வேலி மாவட்ட வரலாற்றை எச்.எ. பேட் 1907ல் எழுதினார்.

ஆங்கிலேய அதிகாரிகள் வெளியிட்ட இந்த மாவட்ட வரலாறுகள் மிக முக்கியமானவையாக இருந்தாலும்,

இவற்றிலும் சில செய்திகள் ஒரு சார்புடையவை என்கின்றனர். ஆனால் இவை இன்றைய வரலாற்று பொக்கிஷம். பழைய இந்த நூல்கள் மறுபடியும் அச்சில் வந்துள்ளன.

இந்திய விடுதலைக்குப்பின், மொழிவாரி மாநிலம் உருவாக்கப்பட்ட காலகட்டத்தில் மாவட்ட வாரியாக, விவரப் பட்டியல் தயாரிக்கத் திட்டமிடப்பட்டது. தமிழகத்தில் முதன்முதலில் தஞ்சை மாவட்ட விவரச் சுவடி 1957-ல் வந்தது. தொடர்ந்து ஆறு மாவட்டங்கள் பற்றிய நூற்கள் வந்தன. ஒன்பதாம் நூலாக கன்னியாகுமரி மாவட்டம் பற்றிய நூல் 1989-ல் வந்தது. அதன் தமிழ் மொழிபெயர்ப்பு 2006-ல் வந்தது.

கன்னியாகுமரி விவரச் சுவடி, இந்த மாவட்ட சமூக அரசியல் வரலாற்றை விரிவாக கூறவில்லை. உதாரணமாக மண்டைக்காடு கலவரம் பற்றி சிறு குறிப்பு கூட இல்லை. ஆனால் இந்தக் கன்னியாகுமரி மாவட்டம் பற்றி எழுதியவர்களில் பலர் சமூக வரலாற்றை முன்னிறுத்தி எழுதி உள்ளனர்.

திருவிதாங்கூரின் ஒரு பகுதியாக இருந்த தென் திருவிதாங்கூர் 1956-ல் கன்னியாகுமரி மாவட்டம் என்னும் பெயருடன் ஒரே நிலமாக, மக்கள் வாழும் இடமாக வரையறை செய்யப்பட்டாலும் இயற்கை, மக்களின் பண்பாடு முதலியவற்றால் நுட்பமான மாறுபாடும் முரண்பாடும் கொண்டது. இதன் வரலாறும் சுவையானது இவற்றை எளிய நடையில் முதல்முதலாகக் கூறுகிறார் ராம்.

ஒரு வட்டாரம் / குறுகிய பகுதி / பழம் சின்னங்கள் போன்றவற்றை பயணிகளின் பார்வையில் விவரிப்பது புதிய உத்தி அல்ல. பத்தொன்பதாம் நூற்றாண்டில் பாதிக்குமேல் வெளிவந்த அரியநாத நாயக்கரின் 'திவ்ய தல யாத்திரை' என்ற நூல் தஞ்சை, திருச்சி மாவட்டங்களில் மாட்டு வண்டியில் பயணம் செய்த அனுபவத்தை கூறுகிறது. ஒரு நாயக்கரின் குடும்பம் புனிதமான கோவில்களுக்கு சென்ற யாத்திரை அனுபவத்தையும், சில இடர்பாடுகளையும் விவரிக்கிறது இந்த நூல்.

திருவிதாங்கூரின் இரண்டாம் அரசரான கார்த்திகைத் திருநாள் ராம வர்மா என்ற தர்மராஜா (1758-1788) ராமேஸ்வரத்திற்கு சென்ற யாத்திரை அனுபவம் 'தர்ம ராஜாவின் ராமேஸ்வர யாத்திரை' என்னும் பெயரில் கதைப் பாடலாக வந்திருக்கிறது. இது அச்சில் வரவில்லை. இப்படியாக பயணிகளின் பார்வையில் எழுதப்பட்ட அண்மையில் வந்த பதிவு ஜெயமோகனுடையது. அவர் நண்பர்களுடன் இந்தியா முழுக்க இன்னோவா காரில் மூன்று முறை பயணம் செய்திருக்கிறார். பயணத்தில் பெரும் வசதிகளை எதிர்பார்க்காமல் சென்றிருக்கிறார். இந்த அனுபவங்களை ஜெயமோகன் தன் வலைத்தளத்தில் புகைப்படங்களுடன் எழுதுகிறார்.

ராமின் இந்த நூலும் சுவையான பயண அனுபவங்களின் பதிவுத் தொடர்ச்சி. குமரிமாவட்டத்தைப் பற்றிய சிறு அறிமுகத்தைச் சக பயணிகளுக்கு வினோத் கூறுவது போல மாதிரி அமைத்த பிறகுதான் பயணம் தொடருகிறது. பயணத்தின்போது படைப்பாளிகள், தியாகிகள், கலைஞர்கள் என பலரின் பெயர்களையும் வினோத் பட்டியலிடுகிறார்.

ஆரம்பத்திலிருந்து இறுதிவரை அலுப்பில்லாமல் இடையே சிறு கிண்டலுடன் செல்லுவது இந்தப் பயணம். அலுப்பில்லாத பயணமே சுகம் தரும். அதைச் சொல்லும் முறையிலும் இது பலன் தரும். ஒருவகையில் இது எழுத்தாளர் கி. ராஜநாராயணனின் கதைசொல்லியின் உத்தி. சாதாரண மனிதனை மனதில் கொண்டு கேளு, நான் சொல்கிறேன் என்ற பாணியில் எழுதப்பட்டது இந்த ஊர் சுற்றிப் பறவை. ராம் மேலும் படைக்கட்டும்.

அன்புடன்
அ.கா. பெருமாள்

புதியன மிகுதலும்...

எழுத்தாளர் சாவி தான் பார்த்து, ரசித்த ஊர்களை, காட்சிகளை 'இங்கே போயிருக்கிறீர்களா?' என்ற நூலில் அசத்தலாக தனக்கேயுரிய நகைச்சுவையுடன் அற்புதமாகக் கொடுத்திருப்பார். எழுத்தாளர் அசோகமித்திரனின் 'ஒரு பார்வையில் சென்னை நகரம்' - வாசிக்க வாசிக்க கால எந்திரத்தில் ஐம்பது ஆண்டுகளுக்கு முந்தைய மெட்ராஸுக்குள் பயணம் செய்யும் பேரனுபவத்தைத் தரக்கூடியது. அதைப்போன்ற ஒரு நல்ல முயற்சியைத்தான் சகோதரர் ராமும் மேற்கொண்டுள்ளார்.

குமரிக்காரர் என்பதால் தன் உயிரோடும் உணர்வோடும் கலந்துவிட்ட குமரி மாவட்டத்தைக் களமாக எடுத்துள்ளார். தன் எழுத்து ரதத்தில் நம்மை ஏற்றி ஒவ்வோர் இடமாகச் சுற்றிக் காட்டுகிறார். வெறும் தகவல்களாகச் சொல்லிக் கொண்டு போனால் வாசகனைத் தக்க வைக்க முடியாது என்பதால், தேவைக்கேற்ப 'நாடக பாணி'யைப் புகுத்தி யுள்ளார். பயணத்தில் ஓரிடத்தில் எழுத்தாளர் பொன்னீலன் வருகிறார். இப்படிப் பயணத்தில் ஆங்காங்கே 'ஆச்சரியக் கண்ணிவெடிகளை' விதைத்துள்ளார். அது நிச்சயம் புத்தகத்தின் சுவாரசியத்துக்குக் கைகொடுத்திருக்கிறது.

வெறுமனே இடங்களைச் சுற்றிக் காட்டுவதோடு மட்டுமன்றி, அந்தந்த இடம் சார்ந்த வரலாற்றையும்

சிக்கலின்றிப் பேசிச் செல்கிறார். வரலாறு என்றால் இந்த ஆண்டில் இந்தக் கோட்டை கட்டப்பட்டது என்று வெறுமனே புள்ளிவிவரம் அடுக்காமல், கோட்டை கட்டப்பட்டதன் பின்னணியையும் தேவைக்கேற்ப விவரித்து, முக்கியமான வரலாற்று மாந்தர்களின் கதைகளையும் சொல்லி, தவிர்க்க முடியாத சரித்திர நிகழ்வுகளையும் காட்சிப்படுத்தி... (உதாரணத்துக்கு - கோயில்களின் வரலாற்றை மட்டுமன்றி, கோயில் நுழைவுப் போராட்டத்தின் வரலாறையும் பேசுகிறார்)...இது இந்த வடிவத்தில் எழுதப்பட்ட புத்தகம் என்று சொல்ல முடியாமல், புதிய வடிவத்தில் நிறைவாகப் படைத்துள்ளார். குமரி மக்களின் கலாசாரம், நம்பிக்கைகள், பழக்க வழக்கங்கள் போன்றவையும் இதில் பதியப்பட்டுள்ளன. மக்களின் வாசிப்பார்வத்தைத் தூண்ட, இம்மாதிரியான எளிய, புதிய முயற்சிகளின் புகுதல் மிக அவசியம்.

குமரிமாவட்டத்தைப் பற்றி விரிவாகத் தெரிந்துகொள்ள, இந்த மாவட்டத்துக்குள் சுற்றுலா செல்ல இந்த நூல் மிகவும் உபயோகமான கையேடு. அவருடைய முயற்சிகள் ஒவ்வொன்றும் வெற்றியடைய என் மனமார்ந்த வாழ்த்துகள்.

அன்புடன்
முகில்
(ஜூலை 13, 2015)

ஒரு பதிப்பாளனின் பருந்துப்பார்வையில்...

டிரோன்களும், பாட்களும் கோலோச்சியுள்ள இன்றைய காலகட்டத்தில் செயற்கை நுண்ணறிவு எப்பேற்பட்ட முன்னேற்றங்களை அறிவியலில் சாத்தியமாக்கியுள்ளதோ அதேபோல் செயற்கை படைப்பாற்றலும் கலைத்துறையில் பெரிய மாற்றங்களைச் செய்யக் கடவது என்பது ராஸின் ஆணித்தரமான வாதம்.

யார் இந்த ராஸ் குட்வின்?

கூகிள் கண்டெடுத்த ராசுக்குட்டி இவர். கவிதோவியம்(Poem Portraits) என்ற கலை வடிவை எஸ் டெல்வினுடன் சேர்ந்து தோற்றுவித்த ஒபாமா தோட்டத்து கன்றுக்குட்டி. 'On the road' என்ற பெயரில் ஜாக் கெரோவாக் எழுதிய புதினத்தைப் பின்பற்றி '1 the road' என்ற புதினத்தை செயற்கை படைப்பாற்றலைப் பயன்படுத்தி உலகில் முதல் முறையாக எழுதியுள்ளார் ராஸ் குட்வின்.

50 வருடங்களுக்கு முன் அமெரிக்காவின் தெருக்களில் நகர்வலம் செல்லும்போது போகிற போக்கில் தன் நினைவோடையை கதையாக வடித்தவர் ஜாக் கெரோவாக். இன்றும் பாப் டைலான், பீட்டில்ஸ் என்று பல பாப் இசையின் முடி சூடா மன்னர்களின் ஆதர்சமான எழுத்துலக முன்னோடி இவர். இதழியலில் தன்னையே மையக் கதாபாத்திரமாக வைத்து சம்பவத்தை விவரிக்கும் இந்த

உத்திக்குப் பெயர் கொன்சோ முறை. ஆனால் கதை எழுதுவதில் இதை முதன்முதலில் கையாண்டவர் கெரோவாக்தான்.

எப்படி கெராவாக் தன் பெண் தோழிகளை வண்டியை ஓட்டச்சொல்லிவிட்டு ஒரு டைப்ரைட்டரை வைத்து மனதில் தோன்றியதை எல்லாம் கதை பாணியில் தட்டச்சு செய்துகொண்டே சென்றாரோ அதேபோல் கேமரா காட்டும் காட்சிகள், மைக்ரஃபோன் பிடிக்கும் குரல்கள், ஜிபிஎஸ் காட்டும் இடம் எல்லாவற்றையும் உள்ளீடாக எடுத்துக்கொண்டு ஏற்கெனவே பதியப்பட்ட இலக்கிய அடித்தளத்தைக்கொண்டு ஒரு கதையைப் புனையும் ராஸால் ரோந்தில் அனுப்பப்பட்ட ரோபோ கார். பிரபல ஹாலிவுட் நிறுவனங்கள் இந்த ரோபோ காரைக் கதாசிரியராகவே அங்கீகரிக்கிறார்கள்.

வருங்காலத்தில் ஆண்டி வார்ஹாலின், பிக்காசோவின், டாலியின், வான்கோவின் ஓவிய பாணியை மென்பொருள் எப்படித் தத்ரூபமாக பிரதியெடுத்து பிரிஸ்மா ஃபில்டர்களாக்கி ஒரு புகைப்படத்தில் கச்சிதமாகப் பொருத்துகின்றனவோ அப்படி ஒரு நாள் கி.ராவின் எழுத்தையும், இளையராஜாவின் இசையையும், சில்பியின் சிலையையும், பி.சி.ஸ்ரீராமின் கேமராக் கோணங்களையும் சாரமாகக்கொண்ட ஒரு குறைந்தபட்ச டெம்ப்ளேட்டை மென்பொருளாகப் பதிவிறக்கம் செய்துகொண்டால் ஒரு செல்போனைக் கையில் வைத்திருக்கும் யாரும் கதை எழுதலாம், படம் எடுக்கலாம் என்று கட்டியம் கூறுகிறார் ராஸ் குட்வின்.

ஆன்மிகத் தேடலோ, சுற்றுலாவோ, வேர்களை நோக்கிய பயணமோ எதுவாயினும் இந்தப் புத்தகத்தைப் படித்தவர்களின் தொடக்கப்புள்ளியாக குமரிதான் இருக்கும். இன்னும் 100 ஆண்டுகள் கழித்தும்கூட இந்த ஊர் சுற்றிப் பறவையை ஒரு மென்பொருளால் நகலெடுக்க முடியாது என்பது ஒரு பதிப்பாளனாக எனது தாழ்மையான கருத்து.

காரணம் 'திருக்கார்த்தியல்','ராஜவனம்' வாசித்த எவர்க்கும் ராமை ஒரு தேர்ந்த கதைசொல்லியாகத் தெரியும். எண்ணற்ற

எழுத்தாளர்களை வார்த்தெடுத்த மண்ணின் மைந்தனாக ராம் பயணக்கட்டுரையல்ல... குமரி மாவட்டத்தின் சரித்தரத்தையே ஒரு பூகோளப்பார்வையில் தொட்டுக்காட்டியுள்ளார். இந்தியாவின் தொன்மமும், சங்க காலம்தொட்டு நீடித்துவரும் தமிழர் மரபுகளும் குமரி மக்களின் வாழ்வியலோடு எப்படி இரண்டறக் கலந்துவிட்டது என்பதை நண்பர்களுக்கிடையிலான உரையாடல்களாகப் பதிவுசெய்திருக்கும் அவரது எழுத்தின் இந்தப் பரிணாமத்தை வாசகர்களுக்கு அறிமுகப்படுத்துவதில் வானவில் புத்தகாலயம் பெருமகிழ்ச்சி அடைகிறது!

கார்த்திகேயன் புகழேந்தி
வானவில் புத்தகாலயம்

என்னுரை

2012ஆம் ஆண்டு என் மனதில் உருவான கதைதான் இந்த ஊர்சுற்றிப் பறவை. நான் எழுதத் தொடங்கிய முதல் புத்தகம் இதுதான். இதை எழுதும் போது கன்னியாகுமரி மாவட்டம் இரவிபுதூர் தியாகி காந்திராமனைப் பற்றிய செய்திகளை அறிய, அதன்பின் என் எழுத்து தியாகி. காந்தி ராமனை நோக்கி நகர்ந்தது. அதுவே 'காந்திராமன்' என்று தனி புத்தகமாக வெளிவந்தது.

ஊர்சுற்றிப் பறவை எழுதும்போது குமரிமாவட்டத்தின் ஒவ்வொரு ஊராக பயணித்து ரசிக்கும் வாய்ப்பு கிடைத்தது. மண்ணின் அழகுகளையும், வரலாறுகளையும், தகவல்களையும் சேகரிக்கத் தொடங்கினேன். கதையின் போக்கு எப்படி அமைய வேண்டும் என்பதைத் திட்டமிட்டு எழுதினேன். எழுதி முடித்ததும் அது நாவலா? வரலாறா? பயண நூலா? என்பதைக் கூட என்னால் புரிந்து கொள்ள முடியவில்லை.

அதன்பின் எழுத்தாளர் அ.கா பெருமாள் அவர்களிடம் அணிந்துரைக்காகச் சென்றேன். சிறிது நேரம் பேசி விட்டு ஒரு பத்து நாள் கழித்து வாங்க என்றார். ஐந்து நாள்களில் வேறு ஒரு தகவலுக்காக அவருடன் தொலைபேசியில் பேசியபோது உங்கள் புத்தகத்திற்கு அணிந்துரை எழுதி விட்டேன். வீட்டிற்கு வந்து வாங்கிக்கொண்டு போங்கள் என்று சொன்னார்.

அ.கா.பெருமாள் அவர்கள் வீட்டுக்கு சென்று அணிந்துரை வாங்கும்போது ‘புத்தகம் ரொம்ப நல்லா இருக்கு’ என்று சொல்லி சில வரிகளை நீக்கி விட்டு மேலும் சில தகவல்களை சேர்க்கச் சொன்னார். அதன்பின் எழுத்தாளர் முகில் அவர்களிடம் முன்னுரைக்காக அனுப்பினேன். அவர் தனது வேலைப்பளுவின் மத்தியிலும் ‘புதியன மிகுதலும்’ என்ற தலைப்பில் முன்னுரை தந்தார். மேலும் புத்தகத்தை செம்மைப்படுத்த சில ஆலோசனைகளும் வழங்கினார். அவருக்கும், எழுத்தாளர் அ.கா பெருமாள் அவர்களுக்கும் எனது மனமார்ந்த நன்றியைத் தெரிவித்துக் கொள்கிறேன்.

புத்தகத்தினை தட்டச்சு செய்து தந்த நண்பர் ஏ. காளியப்பனுக்கும், யுவராஜ் மாரிமுத்துவுக்கும் என் நன்றி. இந்த புத்தகத்தினை *2015* ஆம் ஆண்டு அச்சு புத்தகமாகக் கொண்டு வந்த நண்பன் ஜெபாவுக்கும் அவனது *J.E. Publication*க்கும் நன்றியும் அன்பும். புத்தகத்தை எழுதும் போது பல தகவல்களைத் தந்து உதவிய நண்பர்களுக்கு பேரன்பும் நன்றியும். திருத்தம் செய்யப்பட்ட மறுப்பதிப்பை வெளியிட முன்வந்த கார்த்திகேயன் புகழேந்தி அவர்களுக்கும், வானவில் புத்தகாலயத்துக்கும் என் பேரன்பு.

இனி வினோத், ஜெபா, செல்வன், சுதன், பெனிட் ஆகியோரோடு சேர்ந்து நீங்களும் குமரி நிலத்தில் ஊர்சுற்றிப் பறவையாக பயணம் செய்யுங்கள்.

பேரன்புடன்

ராம் தங்கம்
நாகர்கோவில்
ramthangamngl@gmail.com
9965275308

சமர்ப்பணம்

இருளப்பபுரம் S. பாரத் சிங் - T. தங்கம் குடும்பத்தினருக்கு...

ஊர் சுற்றிப் பறவை

குமரி மாவட்டத்தில் ஒரு சரித்திரப் பயணம்

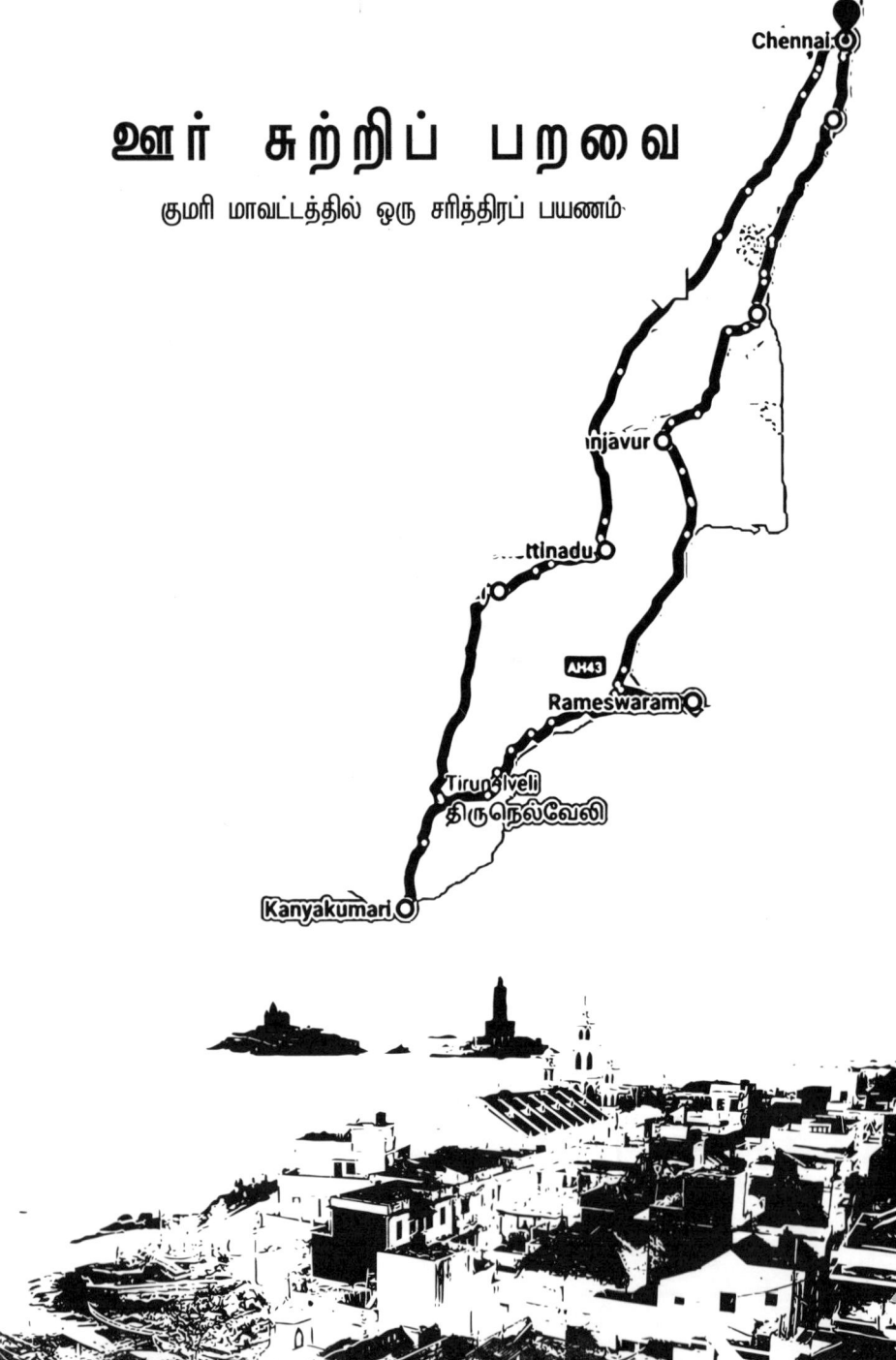

சென்னையிலிருந்து தங்கையின் திருமணத்திற்காக நண்பர்களான செல்வன், பெனிட், சுதன், ஜெபாவுடன் தன்னுடைய சொந்த ஊரான கன்னியாகுமரி மாவட்டம் நாகர்கோவிலுக்குக் கிளம்பிக் கொண்டிருந்தான் வினோத்.

'அம்மா கிளம்பிட்டோம். ஆமா ப்ரண்ட்ஸ்லாம் வாராங்க. கார்ல தான் வாறோம். சரிமா' என்று தன்னைத் தொடர்பு கொண்ட தாய்க்குப் பதிலளித்தான்.

'மச்சான் போலாமா? கல்யாணத்துக்கு இன்னும் பத்துநாள் தான் இருக்கு அதுக்குள்ள ஒங்களுக்கு ஊரையும் சுத்திக் காட்டணும். போகும்போதே அப்படியே பார்த்துட்டுப் போய்ரலாம் சரியா?' என்றான் வினோத்

நண்பர்கள் 'ஓகே' என்று சொன்னார்கள்.

'டேய் மணி எட்டாச்சி சாப்பிட்டுட்டு கிளம்பலாம்' என்று செல்வன் சொன்னான்.

'ம்ம்ம்... வாங்க சாப்பிட போகலாம்' என்று ஓட்டலில் நுழைந்தார்கள். எல்லோருக்கும் சப்பாத்தி ஆர்டர் பண்ணினான் சுதன்.

‘மொத தடவையா கன்னியாகுமரிய நேர்ல பாக்கப் போறோம். செமையா என்ஜாய் பண்ணனும்’ என்றான் ஜெபா.

சப்பாத்தி சாப்பிட்டுவிட்டு காரில் ஏறிக் கொண்டனர்.

‘மச்சான் ஒங்களுக்கு வழி தெரியாதுல்ல, அதுனால நானே ஓட்டுறேன்’ என்று வினோத் சொன்னான்.

‘மதுரை வர தெரியும், அதுக்கப்புறம் நீ வழி சொல்லுடா’ என்றான் பெனிட்.

கார் கிளம்பியது.

‘மச்சான், பைபாஸ்லயே போய்ரலாம்டா’ என்றான் வினோத்.

‘சரிடா நான் பார்த்துக்குறேன்’ என்று பெனிட் சொன்னான்.

‘மச்சி கன்னியாகுமரி எப்படிடா இருக்கும்? சொல்லுடா’ என்று செல்வன் கேட்டான்.

‘மச்சான், நீ கன்னியாகுமரி பத்திச் சொல்லுடா?’ என்று ஜெபா கேட்டான்.

‘அதுதான் நீ நேர்லயே பார்க்கப் போறியே?. அப்புறம் என்னடா?’.

‘இல்லடா இப்பவே கொஞ்சம் சொல்லு’

‘சரிடா சொல்லுறேன்’ என்று கன்னியாகுமரியைப் பற்றி சொல்லத் தொடங்கினான் வினோத்.

‘மச்சான் கன்னியாகுமரி மாவட்டத்தைச் சுருக்கி செல்லமா குமரிமாவட்டம்னு சொல்லுவாங்க. இங்க நிறைய ஸ்கூல், ஹாஸ்பிடல்ஸ்,காலேஜ் இருக்கு’ என்று சொல்லிக் கொண்டிருந்தான் வினோத்.

‘டேய் கன்னியாகுமரியோட வரலாற்றச் சொல்லுடா’ என்றான் ஜெபா.

‘இப்போ இருக்குற கன்னியாகுமரி சின்னது. பல நூறு வருசத்துக்கு முன்னால இது தனிக் கண்டமாவே இருந்துருக்காம். பெரிய பெரிய சுனாமியால அழிஞ்சி, இப்போ ரொம்பவே சுருங்கிப் போச்சாம்’ என்று வரலாற்றைச் சொல்ல ஆரம்பிக்க எல்லோரும் வினோத்தின் பேச்சை

● மார்ஷல் நேசமணி

உன்னிப்பாகக் கேட்கத் தொடங்கினார்கள்.

'இங்கெ சமண சமயமும் இருந்துருக்கு. காலப்போக்குல இந்து சமயமும், கிறிஸ்துவ சமயமும், இஸ்லாமும் வந்திருக்கு. இன்னொன்னு தெரியுமா?. இப்போ கன்னியாகுமரி மாவட்டம் தமிழ்நாடு கூட சேர்ந்து இருக்கு. ஆனா குமரிமாவட்டம் இதுக்கு முன்னாடி தென் திருவிதாங்கூர்னுதான் இருந்திச்சி. அதைப் போராடி தமிழ்நாட்டோட இணைச்ச பெருமை பல தியாகிகளைச் சேரும். குறிப்பா சொல்லப்போனா மார்ஷல் நேசமணி, குஞ்சன் நாடார், பி.எஸ்.மணி, சாம் நத்தானியேல், காந்திராமன், தாணுலிங்க நாடார்ன்னு சொல்லிட்டே போவலாம்'என்று சொன்னான் வினோத்.

'மார்ஷல் நேசமணியப் பற்றி நான் கேள்விப்பட்டிருக்கேன். அவரு முன்னாள் எம்.பி.தானே. அவர குமரியின் தந்தைன்னும் சொல்லுவாங்கல்ல. அவரு நாடாளுமன்றத்தில பேசின உரை மிகச் சிறப்பானதுன்னு சொல்லுவாங்க' என்றான் சுதன்.

'ஆமா, இன்னொரு விசேஷம் என்னன்னா பெருந்தலைவர் காமராஜர் எங்க தொகுதி முன்னாள் எம்.பி. தெரியுமா?. சுதந்திரப் போராட்டத்துல இருநூறுக்கும் மேல தியாகிகள் எங்க மண்ணுலருந்து கலந்துருக்காங்கன்னு அரசு ஆவணம் சொல்லுது. அதுல முக்கியமானவங்க டாக்டர் எம்.இ.நாயுடு, பொ. திரிகூடசுந்தரம்பிள்ளை, ப.ஜீவானந்தம், காந்திராமன், சிவ.முத்துக்கருப்பபிள்ளை, பெருமாள்பணிக்கர்,

சுவாமிநாடார், தாணுமாலய பெருமாள்பிள்ளை, அப்துல்ரஹீம், நத்தானியேல், பென்ரசலையா, குஞ்சன்நாடார், செய்குதம்பிப்பாவலர்ன்னு சொல்லிட்டே போகலாம். இதுபோல உள்ள தியாகிகள நாங்களும் மறக்கல' என்று வினோத் சொன்னான்.

'முழுசா சொல்லுடா கேக்கவே நல்லாருக்கு' என்றான் பெனிட்.

'கன்னியாகுமரிய நாஞ்சில்நாடு, வேணாடு, ஆய்நாடு என பிரிச்சி குறுநில மன்னர்கள் ஆட்சி பண்ணியிருக் காங்க. காலப் போக்குல சேர, சோழ, பாண்டிய மன்னர்களின் ஆட்சியும் நடந்திருக்கு. விஜயநகரப் பேரரசின் கீழும் எங்க மண் இருந்துருக்கு. கர்நாடக நவாப்பும் படையெடுத்து வந்துருக்காரு. அப்புறம் திருவிதாங்கூர் மன்னர்களின் ஆட்சியும் நடந்திருக்கு.

பச்சைப் பசேல்னு வயல்வெளிகள், ஆறுகள், குளங்கள், அருவிகள்னு அப்போதுலருந்து இப்ப வரை ரொம்ப அழகாக எங்க குமரி இருக்கு. ஒவ்வொரு மன்னர் காலத்திலயும் கோவில்கள், கோட்டைகள்னு மாறிமாறி கட்டப்பட்டுருக்கு. வெள்ளைக்காரனையே தோற்கடிச்ச பெருமை எங்க மக்களுக்கு உண்டு. அகத்தியர், தொல்காப்பியர், திருவள்ளுவர், ஔவையார், அதங்கோட்டாசான்னு பலரும் எங்க மண்ணை சேர்ந்தவங்கன்னு வரலாற்று ஆய்வாளர்கள் சொல்லுறாங்க. **ஔவையாருக்கு குமரில மூணு இடத்துல கோயில் இருக்கு.** ஔவையாருக்கு தமிழ்நாட்டின் பிற பகுதிகள்ல கோயில் இல்லைனு ராஜாஜியே தன் புக்குல சொல்லியிருக்காரு.

திருக்குறளைத் தந்த திருவள்ளுவர் பிறந்த இடம் முட்டத்தை அடுத்துள்ள திருநயினார்குறிச்சி என உறுதி செய்துருக்காரு வரலாற்று ஆய்வாளர் டாக்டர் எஸ். பத்மநாபன். ஆனா திருக்குறள் கேசவசுப்பையா என்கிற அறிஞர் குமரிமாவட்டம் **குறத்தியறையில தான் திருவள்ளுவர் பிறந்தாருன்னும்** ஆய்வு பண்ணி நிறுவிருக்காரு. **கம்பர் வணங்கிய சரஸ்வதி கோவில்** பத்மநாபபுர அரண்மனையில இருக்கு. சரஸ்வதிக்குன்னு தனிக் கோயில் வேறெங்கயும் கெடையாது.

குழந்தைக் கவிஞர், சிறந்ததமிழறிஞர்ன்னு மட்டும் நிறையபேர் நினைக்கிற **கவிமணி தேசிக விநாயகம் பிள்ளை**

கல்வெட்டாய்வாளர், மொழிபெயர்ப்பாளர், சிந்தனையாளர், தத்துவஞானி, சமூகசீர் திருத்தவாதின்னு பன்முகம் கொண்டவர். அவர் எங்க மாவட்டத்திலுள்ள தேரூரைச் சேர்ந்தவர்.

எங்க மாவட்டத்தைச் சேர்ந்த சுதந்திரப் போராட்ட வீரரான **ஜீவானந்தம்** மிகச்சிறந்த இலக்கியவாதி. பொதுவுடைமை சித்தாந்தக் கொள்கையுடையவர். சங்க இலக்கியத்திலும், பாரதி பாடல்கள்லயும் ரொம்ப பற்றுள்ளவர். பல சீர்திருத்தக் கவிதைகளை தமிழ் உலகுக்குத் தந்தவர். அவர் தாமரை இதழின் ஆசிரியர். ஜீவா பாடல்கள் தொகுதி, பாரதியைப் பற்றி ஜீவா, பாரதி வழி ஜீவாவின் புதுமைப்பெண், இலக்கியச்சுவை, மதமும் மனித வாழ்வும், சங்க இலக்கியத்தில் சமுதாய காட்சிகள், ஞான பாஸ்கரன் நாடகம்ன்னு பல புத்தகங்களை எழுதி இருக்காரு. **பாரதியின் பாடல்கள் நாட்டுடைமை ஆக்கப்படுவதற்கும் அவர்தான் காரணம்.**

எங்க மண்ணின் மிகச் சிறந்த திறனாய்வாளரான கே.என். சிவராஜபிள்ளை, தமிழ்நாட்டின் அகத்தியர், தொடக்ககாலத் தமிழரின் ஆராய்ச்சி, புறநானூற்றின் பழமை, சிறு பாமாலை, மேகமாலை, நாஞ்சில் வெண்பா போன்றவற்றோடு இப்போது குமரிமாவட்டத்துல ஓடுற பழையாறே பஃறுளியாறு என ஆங்கிலத்தில் ஆய்வுரை தந்தவர்.

நாடகக் கலையில் நானிலம் போற்றும் கலைஞர்களில் **அவ்வை சண்முகம் சகோதரர்கள், கலைவாணர் என்.எஸ்.**

● கவிமணி

● ஜீவா

● கே.என்.சிவராஜபிள்ளை

கிருஷ்ணன், டி.என்.சிவதாணு, என்.எஸ்.பகவதி, அழகை நீலகண்டன், இரணியல் கலைத்தோழன், அசோக செயின், ஆசீர்வாதம் அடிகளார் என்று சொல்லிக்கொண்டே போகலாம். இரணியல் கலைத்தோழன் பல நாடகக் கலைஞர்களை குறித்து பல புத்தகங்கள் எழுதியிருக்கார்.

குமரிமாவட்ட எழுத்தாளர்கள்னு பார்த்தா ரொம்ப பெரிய பட்டியல் உண்டு.கிருஷ்ணன் நம்பி, சுந்தர ராமசாமி, பாட்டையா பாரதி மணி, கிருத்திகா, எம்.எஸ்., மா. அரங்க நாதன், ஹெப்சிபா ஜேசுதாசன், பி.ஹெச். டேனியல், பொன்னீலன், அ.கா. பெருமாள், நீல பத்மநாபன், செந்தீ நடராசன், தோப்பில் முகம்மதுமீரான், நாஞ்சில் நாடன், ஜெயமோகன், ராஜமார்த்தாண்டன், தமிழவன், வேதசகாயகுமார், மீரான் மைதீன், ஹெச்.ரசூல், குறும்பனை சி. பெர்லின், ஆர். அபிலாஷ், மலர்வதி, வரலாற்று ஆசிரியர் கே,கே. பிள்ளை, கதைப்பாடல்களின் தந்தை ஆறுமுகப்பெருமாள் நாடார், பேராசிரியர் ஜேசுதாசன், ஐசக் அருமைராசன், தாயம்மாள் அறவாணன், டி.சதாசிவன், வரலாற்று ஞாயிறு வே.தி.செல்வம், முகிலை இராசபாண்டியன், பேராசிரியர். ஆல்பன்ஸ் நத்தானியேல், ஈசாந்திமங்கலம் முருகேசன், குமரி ஆதவன், செள்ளு. செல்வராஜ், குமாரசெல்வா, என்.டி. ராஜ்குமார், லட்சுமி மணிவண்ணன், வறீதையா, ஜஸ்டின் திவாகர், மொழிபெயர்ப்பாளர்கள் குளச்சல் மு. யூசுப், பாபு ராஜேந்திரன், சு.ப.உதயகுமார், டாக்டர்.தே.வேலப்பன்,

● சுந்தர ராமசாமி

● ஹெப்சிபா

● கிருஷ்ணன் நம்பி

எஸ்.எல்.வி. மூர்த்தி, சந்தோஷ் நாராயணன், தஞ்சைத் தமிழ்ப் பல்கலைக் கழகத்து முதல் துணைவேந்தர் அறிஞர் வ.அய். சுப்பிரமணியம், மொழியியல் பேராசிரியர் அகஸ்திய லிங்கம், தமிழ் -மலையாள அகராதி தொகுக்க முன்வந்த, பேராசிரியர் மா. இளைய பெருமாள், போன்ற பலரும் எங்க மண்ணை சேர்ந்தவங்கதான்.

கிருஷ்ணன் நம்பியோட சுதந்திரம், காணாமல் போன அந்தோணி சிறுகதைகள் மிக முக்கியமானது. ஹெப்சிபா ஜேசுதாசனின் புத்தம் வீடு, மானீ நாவல் இன்றுவரை பேசப்படுது. இதுதவிர அவர் பாரதியின் குயில் பாட்டையும், நெடுநல்வாடையையும் ஆங்கிலத்தில் மொழிபெயர்த்திருக்கார்.

சுந்தர ராமசாமி, பல சிறுகதைகள், 'ஒரு புளியமரத்தின் கதை', 'குழந்தைகள் பெண்கள் ஆண்கள், 'ஜே ஜே சில குறிப்புகள்'ன்னு நாவல்களும் பசுவய்யா என்கிற பெயர்ல பல கவிதைகளையும் எழுதியிருக்கார். அவரோட வீடு நாகர்கோவில் கே.பி.ரோட்டில் இருக்குது. அங்குதான் காலச்சுவடு இதழ் அலுவலகம் இயங்குது. அதோட மாடியில சுந்தர ராமசாமி நினைவு நூலகம் இருக்குது. அவருக்கு குமாரன் ஆசான் விருது, கனடா இலக்கியத் தோட்ட விருது, கதா சூடாமணி விருதுன்னு நிறைய கெடைச்சிருக்கு.

தக்கலையை அடுத்த இரணியலைச் சேர்ந்த நீல. பத்மநாபன் இப்போது திருவனந்தபுரத்தில் இருக்கார். அவரோட 'இலையுதிர்காலம்' நாவலுக்காக சாகித்ய

● நீல.பத்மநாபன்

● தோப்பில் முகம்மது மீரான்

அகாடமி விருது கிடைச்சுது. மொழிபெயர்ப்புக்கான சாகித் அகாடமி விருதும் அவருக்கு கிடைச்சிருக்கு. அவரோட 'தலைமுறைகள்', 'பள்ளிகொண்டபுரம்', உறவுகள், 'தேரோடும் வீதியில்'போன்ற பல படைப்புகள் மிக சிறப்பானது.

எழுத்தாளர் நாஞ்சில்நாடன் தாழக்குடி பக்கத்துல இருக்க வீரநாராயண மங்கலத்தைச் சேர்ந்தவர். நாஞ்சில் நாட்டு வட்டார வழக்கில் பிசிறில்லாமல் மொழியை நுட்பமாக கையாண்டு எழுதக் கூடியவர். 'சூடிய பூ சூடற்க' என்கிற சிறுகதைத் தொகுப்பிற்காக அவருக்கு சாகித்ய அகாடமி விருது கிடைச்சுது. இவருடைய தலைகீழ் விகிதங்கள் என்கிற நாவலை இயக்குநர் தங்கர்பச்சான் 'சொல்ல மறந்த கதை'ன்னு திரைப்படமாக எடுத்தார். சங்க இலக்கியத்தில் புலமை கொண்ட நாஞ்சில் நாடன் கம்பராமாயணத்தில் ஆழம் கண்டவர். இவருடைய இடலாக்குடி ராசா சிறுகதை இயக்குனர் பாலாவை மிகவும் பாதித்த கதை. பரதேசி திரைப்படத்தில் முன்பகுதியில் வரும் கதை இந்த இடலாக்குடி ராசா கதையை தழுவி எடுக்கப்பட்டது தான். 'தெய்வங்கள் ஓநாய்கள் ஆடுகள்', 'வாக்குப் பொறுக்கிகள்', 'உப்பு', 'பேய்க் கொட்டு' போன்ற நாஞ்சில்நாடனின் பல படைப்புகள் முக்கியமானவை. தமிழக அரசின் கலைமாமணி, விருது கனடா இலக்கியத் தோட்டத்தின் இயல் விருது என பல்வேறு விருதுகளை பெற்றவர். இப்போது இவரது பெயரில் நாஞ்சில் நாடன் விருது வருஷந்தோறும் கொடுத்துட்டு வர்றாங்க.

தமிழில் முற்போக்கு படைப்பாளிகளில் மிக முக்கியமானவர் பொன்னீலன். 'புதிய தரிசனங்கள்' நாவலுக்காக சாகித்ய அகாடமி விருது பெற்ற இவர்

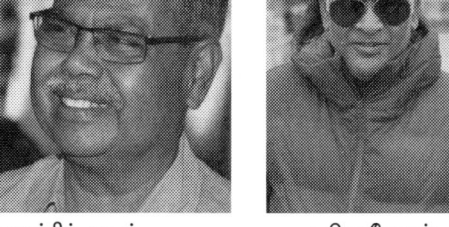

● நாஞ்சில் நாடன்

● ஜெயமோகன்

● அ.கா. பெருமாள்

நாகர்கோவிலை அடுத்த மணிகட்டி பொட்டலில் வாழ்ந்து வருகிறார். 'மறுபக்கம்', 'கரிசல்', 'நாவல்களும் அய்யா வைகுண்டர் பற்றி எழுதிய இவரது கட்டுரைகளும் மிக முக்கியமானவை. அகில இந்திய முற்போக்கு எழுத்தாளராக மூன்று முறை தேர்வு செய்யப்பட்டவர். இவருடைய 'உறவுகள்' என்கிற கதை இயக்குனர் மகேந்திரனால் 'பூட்டாத பூட்டுக்கள்' என்று திரைப்படமாக எடுக்கப்பட்டிருக்கு.

சாகித்ய அகாடமி விருது பெற்ற தோப்பில் முகம்மது மீரானின் 'அனந்த சயனம் காலனி', 'துறைமுகம்', 'கூனன் தோப்பு', 'சாய்வு நாற்காலி', 'முகம்மது பின் துக்ளக்' போன்ற பல படைப்புகள் முக்கியமானவை இவர் தேங்காய் பட்டிணத்தைச் சேர்ந்தவர்.

எழுத்தாளர் ஜெயமோகன் நாவல், சிறுகதை, கட்டுரை, கவிதை, திரைப்படங்களுக்கு வசனம்னு பல துறைகள்ல தீவிரமாக இயங்கிட்டு இருக்காரு. அவருடைய 'காடு', 'ஏழாம் உலகம்', 'ரப்பர்', 'கொற்றவை', 'விஷ்ணுபுரம்' போன்ற நாவல்கள் மிக முக்கியமானவை. அவர் எழுதிய வெண்முரசு பல பாகங்களாக வெளிவந்த உலகின் மிகப்பெரிய நாவல். கதா விருது, கனடா இலக்கியத் தோட்ட விருது, அகிலன் விருது என பல்வேறு விருதுகளை பெற்றிருக்கிறாரு.

தமிழக அரசின் விருது பெற்ற தென்குமரியின் கதையின் ஆசிரியர் அ.கா.பெருமாள் அவர்கள் தமிழக நாட்டுப்புறக்கலை, கும்மிப் பாடல்கள், தமிழர் இசை, வாத்திய மரபு, 19ம் நூற்றாண்டின் தமிழ் நாடகம், கவிதை நாடகம், இலக்கிய நாடகங்கள், மானனீகை, தென்குமரியின்

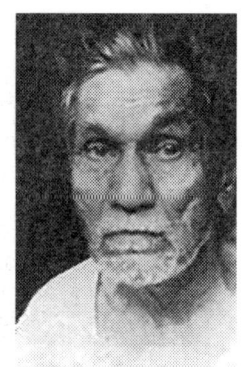

● குளச்சல் மு யூசுப்

● ஜே.சி.டேனியல்

கதை, தென்குமரியின் சரித்திரம், சிவாலய ஓட்டம், தென்குமரிக் கோவில்கள் போன்ற 80 நூல்களை எழுதியவர்.

மலையாள இலக்கியத்தின் பிதாமகன்னு போற்றப்படுற வைக்கம் முகமது பஷீரின் பல படைப்புகளை தமிழுக்குக் கொண்டு வந்தவர் மொழிபெயர்ப்பாளர் குளச்சல் மு யூசுப். 'திருடன் மணியன்பிள்ளை' புத்தகத்தின் மொழிபெயர்ப்புக்காக அவருக்கு சாகித்ய அகாடமி விருது கிடைத்தது. தன்னுடைய'கால்கள்' நாவலுக்காக ஆர். அபிலாஷும், 'தூப்புக்காரி' நாவலுக்காக மலர்வதியும் சாகித்ய அகாடமியின் யுவ புரஸ்கார் விருது பெற்றிருக்காங்க.

இந்தியாவின் முதல் வட்டார வானொலி 1987 ஆம் வருசம் நாகர்கோவிலை அடுத்த கோணத்தில் தான் தொடங்கப் பட்டுச்சி. குறைந்த நேரத்தில் நிறைந்த கலைச் செல்வங்களை அடையாளம் காட்டி புகழ்பெற வைக்குது நாகர்கோவில் வானொலி நிலையம்.

மலையாள திரைப்பட உலகின் பிதாமகன்னு கொண்டாடப்படும் ஜே.சி.டேனியலும் குமரி மாவட்டத்தில் உள்ள அகஸ்தீஸ்வரம் ஊரைச் சேர்ந்தவர். அதே ஊரை சேர்ந்த அவரது உறவினர் தான் பி.ஹெச். டேனியல். ரெட் டீ என்கிற ஆங்கில நாவலை எழுதினார். பரதேசி படத்தின் பின்பகுதியில் அந்த நாவல்தான் களம். ரெட் டீ நாவல் 'எரியும் பனிக்காடு' என்று தமிழில் இரா. முருகவேளால் மொழிபெயர்க்கப்பட்டது. அதே ஊரைச் சேர்ந்தவர் தான் நாட்டார் கதைப் பாடல்களின் தந்தை என்று அழைக்கப்படும் ஆறுமுகப்பெருமாள் நாடார்.

சங்ககால புலவர்களின் பாடல்ல பல இடத்துல, நாஞ்சில்நாடு, ஆய்நாடு, வேணாடு, குமரி போன்ற

வார்த்தைகள் கலந்து கெடக்குது. இதுவும் எங்க மாவட்டத்தையே குறிக்குது' என்று சொல்லிக் கொண்டே இருந்தான் வினோத்.

'இவ்வளவு இருக்கா?' என்று வாயைப் பிளந்தான் சுதன்.

'இன்னும் இருக்கு, சொல்லப்போனா சொல்லிக்கொண்டே இருக்கலாம். குமரில பெண் தெய்வ வழிபாடு அதிகமாகவே உண்டு. அதாவது அம்மன்னு சொல்லுறோம் இல்லையா அதுதான். கன்னியாகுமரி பகவதி அம்மன், மண்டைக்காடு பகவதி அம்மன், அவ்வையார் அம்மன், முத்தாரம்மன், இசக்கி அம்மன், கொல்லங்கோடு பகவதி அம்மன் கோவில்களும், ஏழை மக்களுக்காகவும், தாழ்த்தப்பட்ட மக்களுக்காகவும் போராடிய அய்யா வைகுண்டர் பதியும், இந்திரனின் சாபத்தை போக்கிய சுசீந்திரம் தாணுமாலையன் கோவிலும் குமரி மாவட்டத்துல பிரசித்தி பெற்றவை.

சுடலைமாடன், வெள்ளைக்காரசாமி, சாஸ்தான்னு நாட்டார் தெய்வங்களுக்குப் பல கோவில்கள் உண்டு. விநாயகர், முருகன் கோவில்களும் அதிகம். முக்திபேறு பெற்ற தேவசகாயம்பிள்ளை திருத்தலமும், புனித சவேரியார் பேராலயமும், சகாய மாதா திருத்தலமும், தக்கலை பள்ளிவாசலும், திருவிதாங்கோடு பள்ளிவாசலும் மிகவும் புகழ்பெற்ற வழிபாட்டு ஸ்தலங்கள். அப்புறம் வேறு எங்கேயும் நடக்காத ஒரு விஷயம் சிவாலய ஓட்டம். அது எங்க மாவட்டத்துல மட்டும் தான் நடக்குது' என்றான் வினோத்.

'சிவாலய ஓட்டமா அப்படின்னா என்ன?' என்று செல்வன் கேட்டான்.

‘மாசி மாதம் சிவராத்திரி வரும்போது குமரி மாவட்டத்துல கல்குளம், விளவங்கோடு தாலுக்கால இருக்க முஞ்சிறை, திக்குறிச்சி, திற்பரப்பு, திருநந்திக்கரை, பொன்மனை, திருப்பன்னிப்பாகம், பத்மநாபபுரம், மேலாங்கோடு, திருவிடைக்கோடு, திருவிதாங்கோடு, திருப்பன்றிக்கோடு, நட்டாலம்ன்னு பனிரெண்டு ஊர்கள்ல இருக்க சிவாலயங்கள நடந்தோ, ஓடியோ தரிசிக்கணும். குறிப்பா, இந்த வரிசை மாறாம கோவிலுக்குப் போவணும். அப்படி போவும் போது கையில விசிறி வச்சி வீசிக்கிட்டே ‘கோவிந்தா கோபாலா’ன்னு கோஷம் எழுப்புவாங்க.

முன்பெல்லாம் ஆண்கள் மட்டும் தான் போவாங்க. இப்போ குழந்தைகள், பெண்கள், வயசானவங்கனு எல்லோரும் போறாங்க. இந்த சிவாலய ஓட்டம் அன்னைக்கு எங்க மாவட்டத்துக்கு உள்ளூர் விடுமுறையை தமிழக அரசே அறிவிச்சிருக்கு.

அதுமட்டுமா! அய்யா வைகுண்டர் அவதார தினத்துக்கும், புனித சவேரியார் பேராலய திருவிழாவுக்கும், நாகர்கோவில் நாகராஜா கோவில் திருவிழாவுக்கும், தக்கலை பீரப்பா பள்ளிவாசல் பெருவிழாவுக்கும், நவம்பர் 1-ஆம் தேதி அதாவது குமரி மாவட்ட பிறந்த நாளுக்கும் எங்க மாவட்டத்துக்கு விடுமுறை தான்’ என்றான் வினோத்.

‘அய்யா வைகுண்டர் என்ன சாமிடா?’ என்று ஜெபா கேட்க.

‘மச்சான் கொஞ்சம் தண்ணிக் கொடு. உங்களுக்கு கதை சொல்லியே எனக்கு நாக்கு வறண்டு போச்சி’ என்று சொல்லி தண்ணீரைக் குடித்துவிட்டுத் தொடங்கினான்.

‘திருவிதாங்கூர் சமஸ்தானத்துல ஆன்மீகத்தையும், தாழ்த்தப்பட்ட ஏழை மக்களுக்காகப் போராடியும் மறுமலர்ச்சி ஏற்படுத்தியவர் அய்யா வைகுண்டர். அய்யா திருச்செந்தூர் முருகனால் புனிதம் பண்ணப்பட்டவர். அப்போதே திருமால் இவருக்கு ஞானத்தை அளித்து ‘உலகம் ஆளவந்தவன் நீ’ என வாழ்த்தினாருனும் சொல்லுவாங்க. அய்யா திருமாலின் அவதாரமாகவே கருதப்பட்டார். அய்யா திருச்செந்தூர்ல ஞானம் பெற்றதும் சாமிதோப்பு ஊர்ல தவமிருந்தார். அய்யா தன்னை அவதார புருசருன்னு சொன்னதுனால திருவிதாங்கூர் அரசு அய்யாவை கைது

பண்ணி ஜெயில்ல 710 நாள் போட்டுட்டாங்க. பின்னர் விடுவிச்சிருக்காங்க. அதுக்கப்புறமும் சுமார் 15ஆண்டுகள் அய்யா உபதேசம் பண்ணுனாரு.

அய்யா சொத்து பத்து, பணம் எல்லாத்தையும் வெறுத்து ஒதுக்கினார். அதுக்கு மேலேயும் ஆசையும் பட்டல. அய்யா கோவில்கள் நிறையவே எங்க மாவட்டத்துல இருக்கு. அவைகளை நாங்க பதிகள்ன்னும் நிழல்தாங்கல்ன்னும் தான் சொல்லுவோம். அய்யா விக்கிரக வழிபாடுல நம்பிக்கை இல்லாதவர். அதனால பதிகள்ல முகம் பார்க்கும் கண்ணாடிதான் வச்சிருப்பாங்க. உறவைவிட அன்பே பெருசுன்னு போதிச்சாரு அய்யா. அய்யாவின் கொள்கைகளைப் பின்பற்றுபவர்கள நாங்க அய்யாவழி காரங்கனுதான் சொல்லுவோம்.

அய்யா ஜூன் மாதம் 3 ஆம் தேதி வைகுண்டபதியை அடைஞ்சிட்டாரு. இதுக்கும் அய்யா அவதார தினத்துக்கும் தமிழ்நாட்டுல தென்மாவட்ட மக்கள் சாமிதோப்பு பதிக்கு அதிகமாகவே வருவாங்க. சாமிதோப்புக்கு விழா நேரத்துல சிறப்பு பஸ்கள் கூட விடுவாங்க'. என்று வினோத் சொன்னான்.

'வேற என்ன சிறப்பு உண்டு' என சுதன் கேட்டான்.

அய்யா வைகுண்டர் திருஅவதாரக்காட்சி

குழந்தை வைகுண்டர் கோலாகலனாய் சமையும் மட்டும் தர்மயுகமாக தரணி ஆளும் மட்டும் உறைந்து நிறைந்து மக்களுக்கு அருள் வழங்கும் தலம் சுவாமிதோப்பே

மட்டி என்கிற வாழைப்பழம். பொதுவா வாழைப்பழங்கள குழந்தைகளுக்கு கொடுக்க மாட்டாங்க. ஆனா, இந்த மட்டி வாழைப்பழத்தை குழந்தைகளும், பெரியவர்களும் சாப்பிடலாம். சொல்லப் போனா இது எங்க மாவட்டத்துல மட்டும் தான் கிடைக்கும். இருபத்தி நாலு வகையான வாழைகள் பயிரிடப்படுது.

அப்புறம், தோவாளை பூக்கள். எங்கள் மாவட்டத்துல இருக்கிற பூ மார்க்கெட் தோவாளை தான். இங்கு இல்லாத பூக்களே கிடையாது. இங்கிருந்து பல மாநிலங்களுக்கும், பல மாவட்டங்களுக்கும் பூக்கள் போய்க்கிட்டுருக்கு. குறிப்பாக, ஓணம் பண்டிகை நேரத்துல பூக்கள் கடுமையான விலை ஏறிப் போயிரும். கேரள வியாபாரிகள் அதிக விலை கொடுத்து பூக்களை வாங்கிட்டு போவாங்க.

ஆசியாவிலேயே மிகப்பெரிய தொட்டிப் பாலம் மாத்தூர் தொட்டிப் பாலம்தான். இது பாசன வசதிக்காக உருவாக்கப்பட்டது. இதை மார்ஷல் நேசமணி அவர்களின் பெரிய முயற்சியினால் தமிழக முதல்வராக அப்போது இருந்த பெருந்தலைவர் காமராஜர் மக்கள் பயன்பாட்டுக்காகக் கட்டிக் கொடுத்தாரு.

அது இப்போ சுற்றுலா ஸ்தலமாகவும் மாறிப்போச்சி. மாத்தூர் தொட்டிப் பாலத்து மேலருந்து கீழே பார்த்தா தலையே சுத்திடும்.

எங்க மாவட்டத்துல, எப்பவும் ஏதாவது படங்கள் ஷூட்டிங் நடந்துகிட்டே இருக்கும். கடலோர கவிதைகள்,

மரியான் போன்ற பல படங்கள் கடற்கரை ஒட்டியும், மன்மதன், குங்குமப்பூவும் கொஞ்சும் புறாவும், சத்யம், கோவில், பூவே உனக்காக, அதே கண்கள், அலைகள் ஓய்வதில்லை, வானவராயன் வல்லவராயன், வன்மம், அட்டகாசம், தம்பி வெட்டோத்தி சுந்தரம், தொட்டி ஜெயா, வாய்மையே வெல்லும் போன்ற அதிகமான வெற்றிப் படங்களும் அங்க படம் பிடிக்கப்பட்டது தான்.

மலர் ஆராய்ச்சி மையம், மூலிகை ஆராய்ச்சி மையம், பழத்தோட்டம், ரப்பர் தோட்டம், வேளாண் ஆராய்ச்சி மையம், கடல்சார் பல்கலைக்கழகம், காசநோயாளிக்காக தனி மருத்துவமனை, தொழுநோய்க்கென நெய்யூர் மருத்துவமனை, ஆயுர்வேத மருத்துவக்கல்லூரிகள்னு நிறையவே இருக்கு.

காந்திமண்டபம், காமராஜர் மணிமண்டபம், ஜீவானந்தம் மணிமண்டபம், மார்ஷல் நேசமணி மணிமண்டபம் என அரசே எங்க மாவட்டத்துல நிறுவி பராமரிச்சுட்டு வருது. சொல்லப்போனா வான்புகழ் கொண்ட வள்ளுவருக்கே 133 அடியில் சிலை அமைச்சிருக்கு தமிழக அரசு. அதைப் பார்க்கவே கொள்ளை அழகு.

ஒன்னு சொல்ல மறந்துட்டேன். சுவாமி விவேகானந்தர் எங்க மண்ணுல தான் தவம் இருந்தார். அவரு இருந்த

பாறையை விவேகானந்தர் பாறைன்னு தான் சொல்லுவோம். திருவள்ளுவர் சிலையும், விவேகானந்தர் மண்டபமும் பக்கத்துல தான் இருக்கு. இதைப் பார்க்கவே லட்சக்கணக்கான மக்கள் வந்து போவாங்க. இந்த இரண்டு இடங்களையும் பார்க்க பூம்புகார் கப்பல் போக்குவரத்து சார்பில் படகு வசதியும் உண்டு. அதிகமான சுற்றுலாப் பயணிகள் வந்து போற இடம் கன்னியாகுமரி. இது சர்வதேச சுற்றுலாத்தலமும் கூட. கன்னியாகுமரி எப்பவுமே பரபரப்பாவே இருந்துட்டுருக்கும். இந்தியாவின் தென்கோடில ரயில்நிலையம் இருக்கிறதும் அங்கே தான். இந்தியாவின் எல்லை ஆரம்பிக்கிறதும் அங்கேதான்.

கன்னியாகுமரியில இருக்கிற காந்திமண்டபத்துல அக்டோபர் 2-ம் தேதி ஒரு அபூர்வ ஒளி விழும். அதைப் பார்க்க அதிக அளவில் சுற்றுலாப் பயணிகள் வருவாங்க. அது பக்கத்துல இருக்கிற அரசு அருங்காட்சியகமும் திருவிதாங்கூர் சமஸ்தானத்தின் நினைவுச் சின்னங்களையும் குமரி மாவட்டத்தின் பெருமைகளையும் தாங்கி நிக்குது.

உங்களுக்குத் தெரிஞ்ச சூரிய உதயமும், சூரியன் அஸ்தமனமும் அங்கேதான் இதையும் பார்க்க அதிகாலையிலும் அந்தி மாலையிலும் சுற்றுலாப் பயணிகள் கடற்கரையில குவிவாங்க.

கன்னியாகுமரில சிப்பி, சங்குகளால அலங்கரிக்கப்பட்ட, அழகு வேலைகள் செய்யப்பட்ட மாலைகள், தோரணங்கள் அதிகமாக விற்பனைக்கு இருக்கும். எங்க ஊர் நேந்திரன்பழம் சிப்ஸ் ரொம்பவே நல்லாயிருக்கும். அதுகூட பல மாவட்டத்துக்கு ஏற்றுமதி ஆகுது.

நான் ஏற்கனவே சொன்னதுபோல, சுதந்திரப் போராட்டத்துக்கும் எங்களுக்கும் நிறையவே தொடர்பிருக்கு. எங்க மாவட்டத்துக்கு மட்டும் இரண்டு சுதந்திரப் போராட்டம்'என்று வினோத் சொன்னான்.

அதைக் கேட்டு ஆச்சரியப்பட்டு, 'அது என்ன, இரண்டு சுதந்திரப் போராட்டம்?' என செல்வன் கேட்டான்.

'அதாவது, வெள்ளையர் ஆதிக்கத்தை விரும்பாமல் அவர்களுக்குப் பணிந்து கொடுக்காமல், அவர்களுக்கு அடிமைகளாக இருக்காமல், நாம் சுதந்திரக் காற்றை சுவாசிக்க

மொழி, ஜாதி, மதம் எனக் கடந்து ஒற்றுமையாக ஓங்கி குரல்கொடுத்து அவர்களை எதிர்த்தும், அகிம்சை வழியிலும் பெற்றதுதான் இந்தியாவின் சுதந்திரம். அது உங்களுக்கே தெரியும்.

ஆனா, இன்னொன்று குமரிமாவட்ட சுதந்திரப் போராட்டம். மன்னர் ஆட்சிக் காலத்திலே திருவிதாங்கூர் சமஸ்தானத்தின் கீழ் குமரி மாவட்டம் நாலு தாலுக்காவா இருந்தது. அதாவது, இப்ப உள்ள கேரளாவின் கீழ்தான். அப்ப மேல் வர்க்கத்தினரின் அடக்குமுறையும், தமிழ் பேசும் மக்களுக்கு எதிரான வன்கொடுமைகளும் இருந்தது. பெண்கள் மேல் சீலை அணியக் கூடாதுன்னு திருவிதாங்கூர் மன்னராட்சியில் இருந்துருக்கு. மலையாளம் பேசும் மக்கள் திருவிதாங்கூர் சமஸ்தானத்தில் சிறுபான்மையாக இருந்த தமிழ் பேசும் மக்களை ஒடுக்கினாங்க.

● சுனாமி நினைவுச் சின்னம்

இந்தியாவே சுதந்திரக் காற்றை சுவாசித்த பின்னும் எங்க மண் அடிமைப்பட்டே கிடந்தது. அதன்பின் போராட்டங்கள் வெடித்துக் கிளம்பின. மறியல்கள், முற்றுகைப் போராட்டங்கள் என கொழுந்துவிட்டு எரிந்தது. பலர் தீவிரமாகப் போராட்டத்தில் குதித்தனர். அவர்களுக்குத் தலைமை தாங்கினார் மார்ஷல் நேசமணி. சிறுசிறு இயக்கங்கள் ஒன்றாகின. எதிர்பார்க்காத எழுச்சியைக் கண்டு திருவிதாங்கூர் பட்டம் தாணுபிள்ளையின் அரசு நடுங்கியது. தடியடிகளும், துப்பாக்கிச் சூடும் நடந்தது.

இங்க நடந்த போராட்டங்களைக் கண்டு பட்டம் தாணுபிள்ளையும் பயந்தார். தனது வெறிச் செயலையும் குறைத்துக் கொண்டார். அதற்குப் பிறகு பிரதமர் நேரு, மாநில எல்லை சீரமைப்புக்குழு ஒன்றை அமைச்சி தென்திருவிதாங்கூரின் நாலு தாலுக்காக்களையும் பிரிச்சி

தமிழ்நாட்டோட இணைக்க அனுமதிச்சாரு. இந்த நாலு தாலுக்காவும்தான் கல்குளம், விளவங்கோடு, அகஸ்தீஸ்வரம், தோவாளை. இந்த நாலும் சேர்ந்ததுதான் கன்னியாகுமரி மாவட்டம். நவம்பர் 1- ஆம் தேதி 1956-ஆம் வருசம் தமிழ்த்தாயின் பாதமாகக் கன்னியாகுமரி உருவானது.

தாணுலிங்க நாடார், குஞ்சன் நாடார், சிதம்பரநாதன் நாடார், நத்தானியேல், காந்திராமன், சுசீந்திரேசப்பிள்ளை, ம.பொ.சி, அப்துல் ரசாக், டி.டி.டானியேல், பி.எஸ்.மணி, சங்கரலிங்கம், தோப்பூர் சுப்பிரமணியம், இரணியல் ராமசாமி போன்ற பலரும் போராடினாங்க. இந்தப் போராட்டத்துல நிறைய பேரு குண்டடிபட்டு இறந்துட்டாங்க. அவர்களின் நினைவாகப் புதுக்கடை மற்றும் மங்காடு பகுதிகளில் நினைவுத் தூண்கள் இருக்கு. எங்க மாவட்டத்துக்கு நவம்பர் 1ஆம் தேதி விடுமுறைதான். அன்று குமரிமாவட்ட விடுதலைக்காகப் போராடிய விடுதலை வீரர்களுக்கு அஞ்சலியும், மரியாதையும் செஞ்சிட்டு வர்றோம்.

அதுக்கப்புறம்தான் பெருந்தலைவர் காமராஜர் ஆட்சியின் கீழ் குமரிமாவட்டம் வந்தது. அப்புறம் காமராஜரின் பொற்கால ஆட்சியில் பல நல்ல திட்டங்கள் வகுக்கப்பட்டு செயல்படுத்தப்பட்டு நீர் ஆதாரங்கள் அதிகமாச்சு. ரப்பர் வளர்ச்சியும் அதிகமாகின. எல்லா வசதிகளும் கிடைக்கத் தொடங்கிச்சு' என்றான் வினோத்.

'என்ன, இவ்வளவு போராட்டங்கள் நடந்த பிறகா உங்க மாவட்டம் விடுதலை அடைஞ்சிருக்கு?' எனக் கேட்டான் ஜெபா.

'குமரி தந்தை மார்ஷல் நேசமணியின் மறைவுக்கு அப்புறம் அப்பச்சி பெருந்தலைவர் எங்க தொகுதி எம்.பி ஆனாரு. பிறகு என்ன! வளர்ச்சிப் பாதையில குமரி மாவட்டம் ஓடத் தொடங்கிச்சி. எங்க மாவட்டத்துல இல்லாததுன்னு எதையுமே குறிப்பாக சொல்ல முடியாது. பாலைவனத்தைத் தவிர. கடலும் கடல் சார்ந்த இடமும், வயலும் வயல் சார்ந்த இடமும், மலையும் மலை சார்ந்த இடமும், காடும் காடு சார்ந்த இடமும் என பச்சைப் பசேலுன்னு அழகா அமைஞ்சிருக்கு.

நாற்பதுக்கும் மேல கடற்கரை கிராமங்கள் இருக்கு. கடற்கரை ஆரோக்கியபுரம் முதல் நீரோடி வரை நீண்டுக்

● டச்சுப்படை சரணடைதல்

கெடக்குது. இதுல என்ன வருத்தம்ன்னா, கடல் நீர்மட்டம் உயரஉயர கடல் கிராமங்களுக்கு உள்ளே வந்து அழிச்சிட்டு இருக்கு. சுனாமி வந்தப்பக்கூட பல கிராமங்கள் உருக்குலைஞ்சிப் போச்சு.நிறையபேர் இறந்துட்டாங்க. உயிர் சேதம், பொருள் சேதம்ன்னு அதிகமா கடல்ல போயிட்டு. மீனவ கிராமங்களான மேலமணக்குடி, கீழமணக்குடி பகுதிகளை இணைக்குற பெரிய இணைப்புப் பாலம் கண்ணிமைக்கும் நேரத்துல காணாம போயிடுச்சு.

சுனாமில இறந்தவங்க உடலே நிறைய பேருக்கு கிடைக்கல. அவங்க சொந்தக்காரங்க கதறினாங்க. அதையெல்லாம் இப்ப நெனைச்சிப் பாத்தாலும் மனசுக்கு ரொம்ப கஷ்டமா இருக்கு. இந்தச் சுனாமியால எங்க பொருளாதாரமும் கொஞ்சம் பின்னோக்கி போயிடுச்சி. இப்போ கொஞ்சகொஞ்சமாக பழைய நிலைமைக்கு வந்துட்டோம்.

எங்களுக்கு மீன் முக்கியமான உணவு. எங்க மாவட்டத்துல கிடைக்கிற மீன்கள், இறால்கள் எல்லாம் வெளிநாடுகளுக்கும், வெளிமாநிலங்களுக்கும், வெளிமாவட்டங்களுக்கும் ஏற்றுமதி ஆகுது. கடியப்பட்டணம் ஊர்ல கிடைக்கிற நெய்மீன் ரொம்பவே ருசியா இருக்கும்.

படகுகள்ல்ல மீன் பிடிக்கறவங்களும், கட்டுமரத்துல மீன் பிடிக்கறவங்களும் இப்போ எதிர்பார்த்துட்டு இருக்கிறது

மீன்பிடித் துறைமுகத்துக்காகத் தான். இப்போ படகுத் துறைமுகங்கள் சின்னமுட்டம், முட்டம், குளச்சல், தேங்காப்பட்டணம் பகுதிகள்ல இருக்கு. இதுல குளச்சல் இயற்கையாகவே துறைமுகமா அமைஞ்சிடுச்சு. அங்கதான் டச்சுப்படையே தோத்துப் போச்சு. அந்த வெற்றிக்கான நினைவுத்தூண் இப்பவும் அங்க இருக்கு. அத ராணுவம் பராமரிச்சிட்டு வருது.

எங்க மாவட்டத்துல கிடைக்கிற மார்த்தாண்டம் தேன் ரொம்ப பிரபலம். ஏற்றுமதி ஆகுது. அதுவும் குடிசைத் தொழில் தான். கடல் நீரிலிருந்து உப்பு எடுப்பதும், தேங்காய் நாரிலிருந்து கயிறு தயாரிப்பதும், சிப்பியில் இருந்து சுண்ணாம்பு எடுப்பதும், ரப்பர் மரத்தில் இருந்து பால் எடுக்கும் தொழிலும், மீன்வலை தயாரிக்கும் தொழிலும், முந்திரி பருப்பைச் சுத்தம் செய்து ஏற்றுமதி செய்யும் தொழிலும் எங்க மாவட்டத்துல அதிகமா நடக்குது.

இந்தியாவின் அரிய மணல் ஆலையும் மணவாளக்குறிச்சி கடற்கரைப் பகுதியில்தான் இருக்கு. அங்க தோரியம், டைட்டானியம், யுரேனியம் போன்ற தாதுப் பொருட்கள் கிடைக்குது.

நாகர்கோவிலுக்குப் பக்கத்துல உள்ள அளத்தங்கரை என்கிற ஊருல கபடி பயிற்சி மையம் இருக்கு. அங்க பயிற்சி எடுக்கிறவங்க திறமையான கபடி வீரர் ஆகிடுவாங்க. எங்க சுற்றுவட்டாரத்துல அளத்தங்கரை கபடி அணிதான் முதலிடம் பிடிக்கும். சென்னையில நிறைய ஊர்ப்பெயர்கள் பாக்கம்,வாக்கம்ன்னு (ஏரி, குளம்) முடியும்ல அதுபோல எங்க மாவட்டத்துல கோடு, விளை, புதூர் என்றுதான் முடியும். (கோடு என்றால் எல்லை.விளை என்றால் தோப்பு. புதூர் என்றால் புதிய ஊர்).

அதிகமான கல்வியறிவு உள்ள மக்கள் கன்னியாகுமரில தான் இருக்காங்க. பல வெளிமாநில மாணவர்களும், வெளிமாவட்ட மாணவர்களும் மருத்துவம், பொறியியல்னு படிக்ககுமரி மாவட்டத்துக்குத்தான் வாராங்க. விவசாயம்தான் எங்க முக்கிய தொழில். நெல், வாழை, தென்னை, ரப்பர், மரச்சீனி கிழங்குன்னு அடுக்கிட்டே போலாம்' என்றான் வினோத்.

‘காரை கொஞ்சம் ஓரமா நிறுத்து’ என்றான் செல்வன்.

‘என்னாச்ச’ என சுதன் கேட்க,

‘அவசரம்யா’ என பதில் தந்தான் செல்வன்.

‘சரி போயிட்டு வா’ என்றான் சுதன்.

‘இனி நான் காரை ஓட்டுறேன்’ எனக் கேட்டான் வினோத்.

‘நீ காரை ஓட்டுனா கதையை யாருசொல்லுவா. போயி கதையைச் சொல்ல தொடங்கு’ என பெனிட்டை பின்னால் ஏறச் சொல்லிவிட்டு காரை ஓட்டத் தொடங்கினான் செல்வன்.

‘எல்லாத்தையும் கொஞ்சமா சொல்லிட்டேனே. அப்புறம் என்னடா’என்று வினோத் சொன்னான்.

‘ஆமா, உங்க மாவட்டத்தை மன்னர்கள் ஆண்டாங்கனு சொன்னியே. அவங்க ஒரு கோட்டை கூடவா கட்டாம போனாங்க. அதைப் பத்திச் சொல்லு’ என சொன்னான் ஜெபா.

‘ம்ம், சொல்லுறேன் சொல்றேன். தலக்குளம் அரண்மனை, பத்மநாபபுரம் கோட்டை அரண்மனை, இரணியல் அரண்மனை, வட்டக்கோட்டை, உதயகிரி கோட்டை. இதுல இரணியல் அரண்மனை சிதிலமடைச்சி போச்சி.

இரணியல் அரண்மனையை சேரமானின் செல்ல கொட்டாரம்னு தான் சொல்லுவாங்க.அ அங்க இரணியகசிபு என்கிற மன்னன் ஆட்சி செய்தாரு. அதுனாலயே அந்த ஊருக்கு இரணியலுன்னு பேரு வந்துட்டு. அங்க 12-ம் நூற்றாண்டுல சேர மன்னர்கள் ஆட்சி நடந்துருக்கு. சேர மன்னன் சேரமான் பெருமாள் என்பவர் இரணியல் அரண்மனையில திருமணம் செய்யாமலே வாழ்ந்துருக்காரு. சேரர்களின் வீழ்ச்சிக்குப் பிறகு இரணியல் வேணாட்டின் மன்னர்கள் கைவசம் போயிடுச்சு. தலைநகராகவும் இரணியல் மாறிச்சி.

இரணியல் அரண்மனை, நட்பு நாட்டு மன்னர்களும் ஓய்வெடுக்கும் இடமாவும் இருந்திருக்கு. இந்த அரண்மனைல இன்னொரு சிறப்பு அம்சம்னா அது ஒரே கல்லுல செஞ்ச கட்டில்தான். ஒரே கல்லில் செதுக்கப்பட்ட மிகப்பெரிய

* இரணியல் அரண்மனை

கட்டில் இரணியல் அரண்மனையில் தான் இருக்கு. கலைநுணுக்கம், சிற்பம், பூ வேலைப்பாடுகள்னு அழகா இருக்கும். இப்ப பராமரிப்பு இல்லாம சிதிலமாகிட்டு வருது' என்றான் வினோத்.

'எப்படியும் யாரும் ஊருக்குப் போறதுவர தூங்கப் போறதுல்ல. நீ கதையைச் சொல்லிட்டே இரு' எனச் சொன்னான் சுதன்.

'இப்ப கோட்டை, அரண்மனை எல்லாம் கதையா சொன்னா எடுபடாது. நேர்ல பார்க்கப் போறீங்கல்ல அப்போ சொல்லுறேன். சரி உங்களுக்கு மன்னர்கள் பத்தி சொல்றேன்' என சொல்லத் தொடங்கினான் வினோத்.

'குமரி மாவட்டத்தின் ஒரு பகுதிய ஆய்நாடுன்னு சொல்லுவாங்க. ஆய்நாட்டு மன்னர்கள் ஆண்டனர். இந்த ஆய் மன்னர்கள் கடையெழு வள்ளல்களில் ஒருத்தரான அதியமானின் வம்சாவளியினும் சொல்லுவாங்க. ஆய்நாட்டு மன்னர்கள் தமிழ்ப்புலவர்களை ரொம்பவே ஊக்குவிச்சாங்க. அதுலயும் ஆய் மன்னன் அண்டிரன் யானையைக் கூட பரிசாக வழங்கிடுவாராம். மனைவியின் தாலியைத் தவிர மற்றபடி உள்ள நகைகளைப்புலவர்களுக்கு பரிசாகவே கொடுப்பாராம்.

அதே வழியில திதியன், அதியன் பொருநன் என்கிற ஆய் மன்னர்களை சங்ககால பாடல்கள் குறிக்குது. இதுல பொருநன் என்கிற மன்னனுக்கு நாஞ்சில் வள்ளுவன் என்கிற பெயரும் உண்டாம். இவரைப் பத்தி ஔவையாரும்

பாடியிருக்காங்களாம். அந்தக் காலகட்டத்துல சேர, சோழ, பாண்டிய மன்னர்களை ஒரே இடத்துல கூடிவர வச்சி அவங்களுக்குத் திருமணமும் செஞ்சி வைச்சிருக்காங்க, ஔவையார்.

சேர, சோழ, பாண்டிய படைகள் மூன்றும் ஒரே எடத்துல கூடியதால அந்த இடத்துக்கு முப்பந்தல்னும் பெயரு வந்துருக்கு. அந்த முப்பந்தல் எங்க மாவட்ட எல்லைல தான் இருக்கு. அங்க இப்போ இசக்கி அம்மன் கோவில் இருக்கு. அங்க ஔவையாருக்குத் தனிக் கோயிலும் இருக்கு. அந்த இசக்கி அம்மன் தான் ஔவையாருன்னு வாய்மொழி செய்தியும் உண்டு. இதுதவிர சீதப்பால் என்கிற ஊர்லயும், அழகியபாண்டியபுரம் என்கிற ஊருக்குப் பக்கத்துல இருக்கிற குறத்தியறை என்கிற ஊர்லயும், ஔவையார் கோவில் இப்பவும் இருக்கு. ஔவையார் தொடர்பா வில்லுப்பாட்டும் உண்டு. அதுல தமிழகத்துல நாடோடியாக திரிஞ்சி, பின்னர் நாஞ்சில் நாட்டுல வாழ்ந்ததா அந்தப் பாடல் முடியுது.

இந்த ஔவையார் அம்மன் கோவிலுக்கு எங்க ஊர் மட்டுமல்ல, கேரளாவில் இருந்தும் பக்தர்கள் வர்றாங்க. வரக்கூடியவங்க கொழுக்கட்டை, கூழ் படைத்து ஔவையார் அம்மனை வழிபடுவாங்க. அப்படி வழிபட்டால் திருமணம் ஆகாதவங்களுக்குத் திருமணம் சீக்கிரம் ஆகிரும்; குழந்தை இல்லாதவங்களுக்குக் குழந்தை பிறக்கும்னு நம்புறாங்க.

சங்ககால இலக்கியங்கள்ல வர்ற கோட்டாறு, திருவட்டாறு போன்ற பகுதிகள் இப்போவும் எங்க மாவட்டத்துல இருக்கு. இதுல முதலாம் குலோத்துங்கன் என்கிற சோழ மன்னன் கோட்டாற்றைத் தீயிட்டுக் கொளுத்தியிருக்கான்னு கலிங்கத்துப்பரணி கூறுது.

செங்கல்பட்டு பக்கத்துல உள்ள வேடந்தாங்கலுக்கு அதிக பறவைகள் வருவதால அங்கு பறவைகள் சரணாலயம் அமைஞ்சிருக்கு. ஆனா, எங்க மாவட்டத்துல அப்படி அமைச்சா நான்கைந்து சரணாலயம் அமைக்க வேண்டி வரும். ஏன்னா, எங்க மாவட்டம் நீர்நிலைகள் நிறைந்த மாவட்டம். குளுகுளு காலநிலையும், பசுமையான மரங்களும் அதிகமாகக் காணப்படுறதால பறவை இனங்களை அதிகமாகக் கவருது.

● முப்பந்தல் இசக்கியம்மன் கோவில்

குளிர்காலமான செப்டம்பர் மாதம் முதல் ஏப்ரல் மாதம் வரை வெளிநாட்டுப் பறவை இனங்கள் குமரி மாவட்டத்தில அதிகமாகப் படையெடுக்கும். சுமார் 42 க்கும் மேற்பட்ட வெளிநாட்டுப் பறவை இனங்கள் வந்துரும். அதேபோல வெயில் காலத்துலயும் 15க்கும் மேலான வெளிநாட்டுப் பறவை இனங்கள் வந்துரும்.

கோவளம், சாமிதோப்பு, புத்தளம் உப்பளத்துலயும், தேரூர், சுசீந்திரம் பகுதி குளத்துலயும், உள்நாட்டுப் பறவையும், வெளிநாட்டுப் பறவையும் அதிகமாகவே இருக்கும். பறவைகளின் அழகு கண்கொள்ளாக் காட்சியா இருக்கும்.

நாமக்கோழின்னு சொல்லக்கூடிய பறவை சாமிதோப்பு, இராஜாக்கமங்கலம் பகுதிகள்ல அதிகமா இருக்கும். இதுபோல, கூழாக்கிடா, செங்கால் நாரை, சாம்பல் நாரை, நடுத்தர கொக்குனு கொக்கு வகைகளும் அதிகமா வருது. பூ நாரைகள்னு சொல்லக்கூடிய பறவைகள் ஈரான் மற்றும் கஜகஸ்தான் நாடுகள்ல இருந்து வருது. அப்புறமா ஆர்டிக் பகுதியில இருந்து உல்லான்கள் என்று சொல்லக்கூடிய பறவைகளும் இப்போ வந்துட்டு இருக்காம். பறவைகள் முட்டையிட்டு குஞ்சுப் பொறிக்கிற சீதோசன நிலை குமரி மாவட்டத்துல இருக்கதுதான் பறவைகள் அதிகமா வரக் காரணம்னு ஆராய்ச்சியாளர்கள் சொல்லுறாங்க' என்றான் வினோத்.

‘இவ்வளவு பறவைகள் வருதுன்னா கண்டிப்பா சரணாலயம் அமைக்க அரசிடம் கோரிக்கை வைக்க வேண்டியதுதானே?’ எனச் சொன்னான் பெனிட்.

‘அரசு பறவைகள காப்பாத்தவும், அவைகள வேட்டையாடு றவங்கள கடுமையா தண்டிக்கவும் செய்யுது. இதுல முழுமூச்சா வனத்துறையும், சமூக ஆர்வலர்களும் செயல்பட்டு வர்றாங்க. பறவைகள் எவ்வளவு அதிகமா வருதோ, அதை வச்சி அந்த மாவட்டம் செழிப்பா இருக்கான்னு கூட தெரிஞ்சிக்கலாம். எங்க மாவட்டம் செழிப்புதான்’ என்றான் வினோத்.

‘அப்புறம்’என்றான் சுதன்.

‘ம்ம். ஓணம் பண்டிகை பத்தி சொல்லுறேன்’ என வினோத் சொன்னான்.

‘அது கேரளா பண்டிகை. நீங்க எப்படி கொண்டாடுறீங்க?’ என ஆச்சரியமாக கேட்டான் செல்வன்.

‘மலையாளம் பேசும் மக்களின் தவிர்க்க முடியாத பண்டிகை திருவோணம். ஆனா சங்கக்காலத்தில் தமிழர்களால் இந்தப் பண்டிகை கொண்டாடப்பட்டிருக்குது. இப்போ ஆவணி திருவோண நட்சத்திரத்தில கொண்டாடப்படுது ஓணம். ஆனா நம் சங்க கால தமிழர்கள் ஐப்பசி திருவோண நட்சத்திரத்தில கொண்டாடிருக்காங்க. இதுகுறித்து சங்ககால ஏடுகளில் விஷ்ணு வின் பிறந்தநாளும், வாமனன் அவதரித்ததும் அன்றுதான் எனவும் குறிப்புகள் உள்ளது. பத்துப்பாட்டு நூல்களில் ஒன்றான மதுரைக்காஞ்சியில், பாண்டிய மக்கள் திருவோணத்தைப் பத்து நாட்களாக எவ்வாறு கொண்டாடினார்கள் என மாங்குடி மருதனார் விவரிக்கிறாரு. இப்போ அத்திருவிழா தென்தமிழக கோவில்களோடு நின்றுவிட்டது. கேரளத்தில் ஓணம் சிறப்பாக கொண்டாடப் படுகிறது.

எங்க மாவட்டம் கேரளா மாநிலத்துப் பக்கத்துல இருக்கறதனாலயும் முன்னாடி திருவிதாங்கூர் சமஸ்தானத்துல இருந்ததனாலயும் இந்தப் பழக்கம் எங்களுக்கும் வந்துருக்கு. கேரளாவுல ஓணம் பண்டிகை ஒரு திருவிழாவாகக் கொண்டாடுறாங்க. ஜாதி, மத பேதமின்றி ஓணம் பண்டிகையைக் கொண்டாடுறாங்க. பண்டைக் காலத்துல

கேரளாவை ஆண்ட மகாபலி மன்னனின் நினைவாக இந்தப் பண்டிகை கொண்டாடுறாங்க. மொத்தம் 10 நாள் ஓணம் கொண்டாடுவாங்க. அத்தப்பூ கோலமிட்டு பூக்களாலும், காய்கறிகளாலும் அலங்கரிப்பாங்க. 9 நாளும் சிறிய அளவில் கோலம் போடுவாங்க.

ஆனா, பத்தாவது நாள் பெரிய கோலம் போடுவாங்க. தங்களைக் காண வரும் மன்னன் மகாபலியை வரவேற்க பெரிய அத்தப்பூ கோலம் போடுவாங்க. திருவோண நாளில்தான் மகாபலி மன்னன் எல்லார் வீடுகளுக்கும் வருவதா நம்புறாங்க. புது ஆடை அணிந்து கோயிலுக்குப் போவாங்க. ஓணம் பண்டிகை அன்று சைவச் சாப்பாடு சாப்பிடுவாங்க. அது பேரு ஓண சத்யா.ஆனா, சில பகுதிகள்ல மீன், மட்டன், சிக்கன் பிரியாணி வகைகள்னு அமர்க்களப் படுத்திடுவாங்க.

குமரிமாவட்டத்துக்குக் கேரளாவிலிருந்தும், கேரளாவில் இருந்து குமரிமாவட்டத்துக்கு கல்வி மற்றும் வேலை, வியாபாரம்னு அதிகமா போக்குவரத்து இருக்கும். அதுனாலயே எங்க மக்களும் ஓணம் பண்டிகையைக் கொண்டாடுறாங்க. கல்லூரிகள், பள்ளிக்கூடங்கள், அலுவலகங்கள்லயும் அத்தப்பூ கோலமிடுவாங்க. ஓணம் ஊஞ்சல் கட்டி ஆடுவாங்க. அதுலயும் ஓணம் அன்று பெண்கள் நேரியல்னு சொல்லக்கூடிய சேலையை அதிகமாகக் கட்டி மகிழ்வாங்க. சேலைல பெண்கள் ரொம்ப அழகா

தெரிவாங்க' என வினோத் சொல்ல அமைதியாக நண்பர்கள் கேட்டுக் கொண்டிருந்தார்கள்.

மேலும் தொடர்ந்தான் வினோத்.

'திருவிதாங்கூர் மன்னர் காலத்துல டச்சுப்படைகள் குளச்சல் வழியா நுழைய வந்தாங்க. அப்போ திருவிதாங்கூர் மன்னரா மார்த்தாண்ட வர்மா இருந்தாரு. அப்போ டச்சுப் படைகள் சரணடைந்திச்சு. அந்த படைக்கு தளபதியா டிலெனாய் என்பவர் இருந்துருக்காரு. பிறகு அவரு மன்னரின் விசுவாசியா மாறிட்டாரு. நான் ஏற்கனவே சொன்னது போல, இந்த வெற்றியைக் குறிக்கும் விதமா குளச்சல்ல வெற்றித்தூண் இருக்கு. இந்த வெற்றித்தூணுக்கு வருசம் தோறும் ஜூலை 31- ஆம் தேதி ராணுவ வீரர்கள் மரியாதை செலுத்தி வாராங்க.

நாடு சுதந்திரம் அடைந்த பிறகும் இந்த நிகழ்வு தொடர்ந்துகிட்டே தான் இருக்கு. இந்த வெற்றியை நினைவு கூறும்விதமா ராணுவ வீரர்களும் வந்து மரியாதை செய்வாங்க. எங்க மாவட்டம் சார்பில மாவட்ட ஆட்சித் தலைவரும், அரசு அதிகாரிகளும் கலந்துகிட்டு மரியாதை செய்வாங்க. இப்போதும் இந்தத் தூண் கம்பீரமா காட்சி தருது.

டச்சுப் படைத் தளபதியான டிலெனாய் இங்கேயே தங்கிட்டாரு. அதுனால டச்சு அரசு அவரை தேசத்துரோகின்னு பட்டம் கொடுத்து அவரை அவமானப்படுத்தியது. முப்பத்தேழு வருசம் திருவிதாங்கூர்

சமஸ்தானத்தில் மன்னருக்கு விசுவாசியாக இருந்து பல நாடுகளை வசப்படுத்தி கொடுத்துருக்காரு டிலெனாய். திருவிதாங்கூர் சமஸ்தானத்துல உதயகிரி கோட்டை ஒரு படைத்தளமாகவே இருந்துருக்கு. அது தக்கலையை அடுத்த புலியூர்க்குறிச்சில இருக்கு. இதைக் கற்களைக் கொண்டு கட்டி கோட்டையா டிலெனாய் மாற்றினர்.

அங்க அவரு நவீன போர்ப் பயிற்சிகளையும், பீரங்கி, வெடிகுண்டுகள் தயாரிக்கும் முறையையும் கற்றுக் கொடுத்தாரு. அவரு இறக்கும்போது தன்னை உதயகிரி கோட்டையிலேயே புதைத்து விடும்படி மன்னரிடம் வேண்டியிருக்காரு. டிலெனாய் இறந்ததும் உதயகிரியிலேயே அடக்கம் பண்ணிருக்காங்க. அது பக்கத்துல அவரோட மனைவியையும் அடக்கம் பண்ணிருக்காங்க. உதயகிரி கோட்டை முழுவதும் இப்போ வனத்துறைகிட்ட இருந்தாலும், டிலெனாய், அவரது மனைவியின் கல்லறை தொல்லியல் துறை கட்டுப்பாட்டுல இருக்கு. குமரிக்கு வரும் சுற்றுலாப் பயணிகள் உதயகிரி கோட்டையைப் பார்க்கத் தவறுவது இல்ல' என வினோத் சொன்னான்.

'நாங்களும் பார்க்கத் தவறுவதில்லை' என்றான் ஜெபா.

'மச்சான், காரை ஏதாவது கடைக்குப் பக்கத்துல நிப்பாட்டு. பெப்சி வாங்கணும்' என சுதன் சொல்ல, காரை ஓரமாகக் கடையைப் பார்த்து நிறுத்தினான் செல்வன்.

பெப்சியை வாங்கிக்கொண்டு காரில் ஏறி அதைக் குடிக்கத் தொடங்கினான் சுதன்.

'பெப்சி பெப்சி தான் அதன் டேஸ்டே தனிதான்' என சுதன் கூற,

'மச்சான், என்ன தான் பெப்சியா இருந்தாலும் எங்க ஊரு பயினி, இளநீ கிட்ட வர முடியாது' எனச் சொன்னான் வினோத்.

'அது என்னடா பயினியா. அதைப் பத்தி சொல்லு' என்றான் சுதன்.

'பயினினா பனை மரத்துல இருந்து கிடைக்கிற ஒரு திரவப் பொருள்தான் பதநீர். பதநீர் குடிப்பதால் உடல் ஆரோக்கியம் பெறும். பதநீர் மூலமா கருப்பட்டி, பனை வெல்லம்,

பனஞ்சீனி, பனங்கற்கண்டு, பனம் மிட்டாய், பனங்கூழ்னு அத்தியாவசியப் பொருட்கள் தயாரிக்கப் படுது. போதை தரும் கள்ளும் பனை மரத்துல இருந்துதான் கிடைக்குது. இப்போ கள் எடுப்பதை நிறுத்திட்டாங்க. இப்போ நீங்க குடிக்கிற, பீர், பிராண்டி, ரம்ம விட கள்ளுதான் சிறந்தது. அது உடலுக்குக் கேடு விளைவிக்காது. எங்க மாவட்டத்துல அதிகமா பனைமரமா இருந்திச்சு. அதுவும் இப்போ கொஞ்சம்கொஞ்சமா அழிஞ்சிட்டு வருது. அது மனசுக்குக் கொஞ்சம் வேதனையா இருக்கு' என வினோத் சொல்லிக்கொண்டு இருக்கும்போது,

'நீ ஏன் கவலப்படுற?' எனக்கேட்டான் பெனிட்.

'பிறகு கவலப்படாம, என்ன பண்ண?. பனைமரம்னா பூமியில உள்ள கற்பகத்தரு. அதுல எந்தப் பொருளும் கழிவு இல்ல. ஒரு பனைமரம் ஒரு வருசத்துல 150 லிட்டர் பதநீர், 1 கிலோ தும்பு, 1.5 கிலோ ஈக்கு, 8 ஓலைகள், 16 நார்முடிகள், 24 கிலோ பனை வெல்லம்னு வாரிவாரிக் கொடுக்கும்.

இதுனால பல தொழிலாளர்கள் வேலைவாய்ப்பு கிடைச்சு வருவானமும் அடைஞ்சாங்க. மார்ச் மாதம் முதல் ஆகஸ்ட் மாசம் வரை இந்த பனையேற்றம் தொழில் நடக்கும். பனை ஓலையில பாய்கள், தொப்பிகள், அர்ச்சனைக் கூடை, முறம், கைப்பை போன்ற பொருட்களும், பனம் பழத்தின் கொட்டையிலிருந்து அழகு பொம்மைகளும், அதை முளைக்க வைத்தால் பனங்கிழங்கும் கிடைக்கும். பனங்காயாகப் பறித்தால் நொங்கு கிடைக்கும். அதுவும் மருத்துவ குணம் கொண்டது. பனை மரத்துல பூக்கும் பனங்குருத்தைத் தின்றால் வயிற்றிலுள்ள கிருமிகள் செத்துவிடும். பனைமரத்தடி வீட்டு உத்திரத்தில் வைக்கவும் பயன்படுது. இன்னும்

• டிலெனாய் கல்லறை

சொல்லப்போனா பழங்காலத் தமிழ்நூல்கள் பனை ஓலைகளில்தான் எழுதப்பட்டன. திருக்குறள், தொல்காப்பியம், சிலப்பதிகாரம்ன்னு எல்லா தமிழ் இலக்கியங்களும் பனை ஓலையில எழுதப்பட்டவைதான். இதைத்தான் ஓலைச்சுவடின்னும் சொல்லுவாங்க' என மூச்சுவிடாமல் சொன்னான் வினோத்.

'நிஜமாவே கற்பகத்தருதான் பனை மரம்' என ஜெபா சொன்னான்.

'இருபது வருசத்துக்கு முன்னாடி வர சிறப்பா இருந்த தொழில் இப்போ அழிஞ்சிட்டு வருது. பனைத் தொழிலைப் பாதுகாக்க பனைத் தொழிலாளர் சங்கங்களும் செயல்பட்டுட்டு இருக்கு' என்றான் வினோத்.

'அப்போ உங்க ஊருல கள்ளு கிடைக்குமா?' எனக் கேட்டான் செல்வன்.

'இப்போ அது கிடைக்காது. பதநீர் தான் கிடைக்கும். உங்களுக்கு வாங்கித் தாரேன்' என்றான் வினோத்.

'இப்போ எங்க வந்துருக்கோம்' என பெனிட் கேட்க,

'திருச்சி வந்திருக்கோம்' எனப் பதிலளித்து விட்டு வினோத் தொடர்ந்தான்.

‘ ஒரு காலத்துல இப்போ இருக்கிற கன்னியாகுமரிக்குத் தெற்கே குமரிக்கண்டம் அமைஞ்சிருக்கு. அங்க பாண்டிய மன்னர்களின் ஆட்சியும் நடந்ததை சிலப்பதிகாரம், தொல்காப்பியம் போன்ற நூல்கள் நமக்குத் தெளிவுபடுத்துது. ஆனா, குமரிக்கண்டம்னு ஒன்னு இருந்திச்சானு பலர் அதை நம்ப மறுக்குறாங்க. 1960- ம் வருசம் இந்தியப் பெருங்கடல்ல ஆராய்ச்சி செய்த ஆராய்ச்சியாளர்கள் கன்னியாகுமரிக்குத் தெற்கே இரண்டு கண்டங்கள் இருந்திருப்பதைக் கண்டுபிடிச்சதா சொல்லுறாங்க.

நான் உங்களுக்கு அய்யா வைகுண்டரைப் பற்றிச் சொன்னேன்ல. அவருடைய அகிலத்திரட்டு அம்மானை என்கிற அய்யாவழி நூல் புத்தகத்தில குமரி 152 மைல்கள், தெற்காக விரிந்திருக்கு எனவும் 16008 வீதிகள் இருந்தது எனவும் குறிப்பிட்டுருக்கு. இடைச்சங்கத்துல குமரியாறு மற்றும் பஃறுளியாறு உற்பத்தியான மேருமலை இருந்ததற்கான சாத்தியக்கூறுகள் சீன பழங்கதைகளில் கூடத் தென்படுதாம்.

மாயன் காலண்டர் தயாரித்த மாயன் என்பவரும் குமரிக்கண்டத்தில் வாழ்ந்ததா வைசம், பாயனம், ஐந்திறம் போன்ற நூல்கள் கூறுது கலித்தொகை பாண்டிய மன்னன் கடற்கோளால் தன்னுடைய நாட்டின் பெரும்பகுதியை இழந்தான் என்றும்,இழந்த பகுதியைப் பற்றிக் கவலைப்படாமல் அதை ஈடுகட்ட சேர, சோழ, மன்னர்களின் மேல்

படையெடுத்து அவர்களின் நாட்டைக் கைப்பற்றினான்னும் கூறுது. இதை சிங்கள இலக்கியவாதி மகாவம்சரும், தனது ராஜய் வலிகதா என்னும் நூலின் மூலமாக இந்தியாவின் தென்பகுதி கடலின் எழுச்சியால் மூழ்கியது என உறுதிபடுத்துறாரு. நாங்களும் அதை நம்புறோம்' எனக் குமரிக்கண்டத்தின் வரலாற்றை வினோத் சொன்னான்.

'எப்படிடா நீ இவ்வளவு வரலாறு தெரிஞ்சி வைச்சிருக்க' என்று செல்வன் கேட்டான்.

'என் மாவட்டம் கன்னியாகுமரி. பிறகு அதைப் பத்தி தெரிஞ்சுக்காம என்ன பண்ண. நான் படிச்சதும் 11ஆம் வகுப்பு வரலாறு, கல்லூரில படிச்சதும் வரலாறு. அதுதவிர நேரம் கிடைக்கும் போதெல்லாம் எங்க குமரி மாவட்டத்தைப் பத்தி புத்தகம் எடுத்துப் படிப்பேன். அப்புறம் தினமும் பேப்பர் படிப்பேன். அதுல கன்னியாகுமரி மாவட்டத்துல உள்ள விசேஷமான தொகுப்பு செய்தி வந்தால் அதைச் சேகரித்து வச்சுக்குவேன். ஏதாவது ஊருக்குப் போகும்போது அதனோட வரலாற்றையும் தெரிஞ்சுக்குவேன். தேவைப்பட்டா குறிப்புக்கூட எடுத்துக்குவேன். சும்மா ஒரு இடத்தைப் பார்க்குறதுக்கும், வரலாற்றைத் தெரிஞ்சிட்டுப் பார்க்குறதுக்கும் நூறு வித்தியாசம் இருக்கும். நமக்குத் தெரிஞ்ச வரலாற்றைப் புத்தகமா வெளியிட்டால் நாலு பேருக்கும் தெரியும். வரக்கூடிய தலைமுறையினருக்கும் தெரியும். ஒவ்வொரு ஊருக்கும், ஒவ்வொரு தெருவுக்கும், ஒவ்வொரு மாவட்டத்துக்கும், ஒவ்வொரு மாநிலத்துக்கும், ஒவ்வொரு நாட்டுக்கும் என வரலாறு நீண்டுக்கிட்டே போகும்.

நாம வாழும் வாழ்க்கைக்கூட வரலாறுதான். அதுனாலதான் நிறைய பேரு டைரி எழுதுறாங்க. வரலாறு எப்பவுமே அழியாது. அழியவும் விடக் கூடாது' என்றான் வினோத்.

எல்லாரும் அமைதியாக கேட்டுக் கொண்டு இருக்கும் போது, 'உங்களுக்கெல்லாம் நவராத்திரி விழா தெரியும்தானே?. ஆனா, உங்களுக்குத் தெரியாததை நான் சொல்லுறேன்' என வினோத் தொடர்ந்தான்.

'திருவிதாங்கூர் சமஸ்தான மன்னர்கள் ஆட்சிக்காலத்துல வெகுவிமர்சையா நவராத்திரி விழா கொண்டாடப்பட்டிருக்கு. முதல்ல திருவிதாங்கூர் சமஸ்தானத்தின் தலைநகரா பத்மநாபபுரம் இருந்துருக்கு. பின்னால அது திருவனந்தபுரத்துக்கு மாற்றப்பட்டு இருக்கு. திருவனந்தபுரத்துல நடைபெறக்கூடிய நவராத்திரி விழாவுக்கு பத்மநாபபுரம் அரண்மனை தேவாரக்கட்டு சரஸ்வதி தேவி, சுசீந்திரம் முன்னுதித்த நங்கை, வேளிமலை முருகன் ஆகிய விக்கிரகங்கள் பவனியா செல்வது வழக்கம். மொதல்ல எல்லா விக்கிரகமும் பத்மநாபபுரம் அரண்மனைக்கு வந்தடைஞ்சிரும்.

இதுல சுசீந்திரத்துல இருந்தும், வேளிமலையில இருந்தும் விக்கிரகங்கள் புறப்படும்போது கேரளா, தமிழ்நாடு

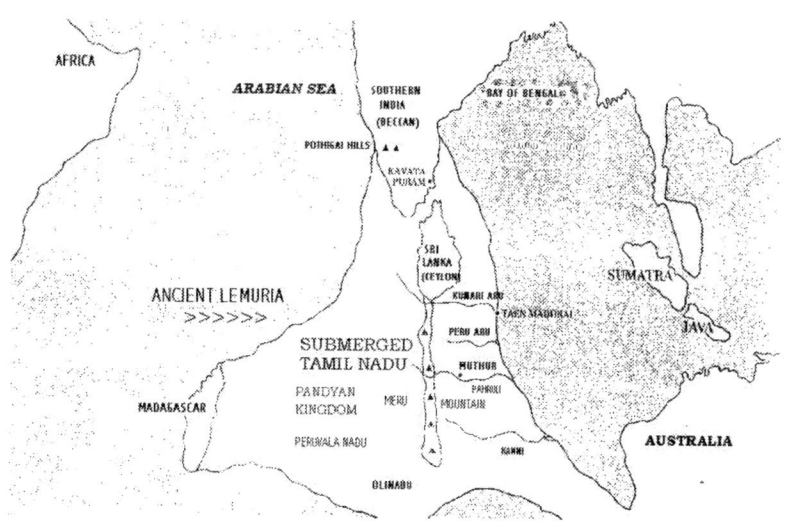

போலீசாரின் மரியாதை அணிவகுப்பும், பேண்ட் வாத்தியமும், கதகளி, மேளதாளங்களும் முழங்க ஊர்வலமா பத்மநாபபுரம் அரண்மனைக்குப் போகும். அப்புறம் கேரளா அமைச்சர்களும், தமிழக அமைச்சர்களும், அரசு அதிகாரிகளும் மரியாதை செய்வாங்க. பிறகு மன்னரின் உடைவாள் கைமாறும் நிகழ்ச்சி நடைபெறும். பிறகு துப்பாக்கி ஏந்திய போலீசாரின் பாதுகாப்பில் திருவனந்தபுரம் சென்றடையும். அதன்பின் கோவிலில் பூஜைக்காக வைக்கப்படும்.

விஜயதசமிக்குப் பிறகு பாதுக்காப்புடன் குமரி மாவட்டத்தை விக்கிரகங்கள் வந்தடையும். இது பாரம்பரியமா இருந்துட்டு வருது. இதைக்பார்க்கவும் அதிக அளவில் பக்தர்கள் திரளுவாங்க. வாகா எல்லையில் ராணுவ காட்சி மாதிரி இந்தப் போலீஸ் நல்லுறவு காட்சி அழகாக இருக்கும்.

அப்புறம் ஒரு விஷயம், ஒரு மீனவ கிராமத்துல நடந்துட்டு இருக்கு. அது எங்க மாவட்டத்துல நிறைய பேருக்குக் கூடத் தெரியாது' என வினோத் கூற,

'அப்படி என்ன விசேஷம்?'என பெனிட் கேட்டான்.

'எங்க மாவட்ட கடற்கரை எல்லையான நீரோடிக்கும், இரையுமன்துறை என்கிற ஊருக்கும் இடையில இருக்கிற ஊர் தான் தூத்தூர். இந்த தூத்தூர் மீனவர்கள் ஆழ்கடல் மீன்பிடிப்பில் சூரர்கள். உள்ளூர் மற்றும் இந்திய அளவில்

கடலோடியின் மிகப்பெரிய வீரச்செயலான சுறா வேட்டையிலும் கில்லாடிகள். தங்களது வாழ்நாளில் ஒரு தடவையாவது சுறாவை வேட்டையாட வேண்டும்னு லட்சியம் கொண்டவர்கள். தூத்தூர் மீனவ கிராமத்துல ஈஸ்டர் பண்டிகையை ஒட்டி ஒரு மிகப்பெரிய கால்ப் பந்தாட்ட போட்டி நடக்கும். தெருவுக்குத் தெரு மைதானம் அமைஞ்சிருக்கும். அதுல வயது வித்தியாசம் இல்லாம தாத்தா முதல் பொடிப் பசங்க வரை எல்லாருமே கால்பந்து ஆடுவாங்க. பிறந்த குழந்தைங்க நடக்க ஆரம்பிச்சதுமே விளையாடத் தொடங்குறது கால்பந்து தான்.

தூத்தூர் மக்கள் கால்பந்து விளையாட்டை தலைமுறை தலைமுறையாய் தொடர்ச்சியா விளையாடுறாங்க. சுமார் 60 வருஷங்களுக்கு முன்பே இந்த விளையாட்டு தூத்தூர் கிராமத்துல விதையாகி விட்டது. கால்பந்து விளையாட்டு தூத்தூர் கிராமத்துக்கு வர முக்கிய காரணம் பக்கத்து கிராமங்கள்கூட அடிக்கடி நடந்த சண்டைகள் தான். ஆழ்கடல் மீன் பிடிச்சிட்டு வருவாங்க. ஓய்வு நேரத்துல சும்மா இருக்காம மைதானம் அமைத்து அதுல கால்பந்து விளையாடத் தொடங்குனாங்க. இயற்கையாகவே மீனவர்களிடம் இருக்கும் உடல்வலு கால்பந்து விளையாட ஏற்றதா அமைஞ்சிடுச்சி. ஈஸ்டர் பண்டிகையை முன்னிட்டு நடக்கிற கால்பந்து போட்டிகள் மிகவும் பிரமாண்டமாக நடக்கும். இதுல நைஜீரியா போன்ற நாடுகள்ல இருந்தும் கால்பந்தாட்ட வீரர்கள் விளையாட்டு போட்டியில கலந்து இருக்காங்க. தூத்தூர் மீனவ கிராமத்துல இருந்து சந்தோஷ் டிராஃபி, ஐ.சி.எப், ஏ.ஜி.எஸ், பி.எஸ்.என்.எல் போன்ற பல நிறுவனங்களில் கூட கால்பந்தாட்டம் மூலமா வேலையில தூத்தூர்க்காரங்க நிறைய பேரு இருக்காங்க. இன்னொரு சிறப்பு என்னான்னா தூத்தூர் மீனவ கிராமத்துலபெரும்பாலும் குடிசைகளே இருக்காது. அந்த ஊர் மக்கள் நல்ல வசதியாகத் தான் இருக்கிறாங்க. அவங்க கரையை நம்பி தொழில் செய்யல. ஆழ்கடலை நம்பியே தொழில் செய்றாங்க. ஆழ்கடல் அமைதியாகத்தான் இருக்கும். அங்குதான் திமிங்கலம், சுறா போன்ற பெரிய மீன்களும் இருக்கும்.

தூத்தூர் பக்கத்திலுள்ள கொல்லங்கோடு எங்க பாட்டி ஊர். அங்க போகும்போது நான் தூத்தூருக்குப் போயிருக்கேன்.

● பத்மநாபபுரம் அரண்மனை

எங்க சித்தப்பாவோட நண்பர் தூத்தூர்க்காரர். அவர்தான் இந்தத் தகவலை எனக்குச் சொன்னாரு. அதை நான் இப்ப உங்களுக்குச் சொல்லிட்டு இருக்கேன்' என வினோத் சொன்னான்.

'கொல்லங்கோடு உங்க பாட்டி ஊர்ன்னு சொன்னியே. அங்க தான் நீ சொன்ன கொல்லங்கோடு பத்ரகாளி அம்மன் கோவில் இருக்குதா?' என செல்வன் கேட்டான்.

'பரவாயில்லையே, நீங்க நான் சொல்லுறத கவனமாகக் கேட்டுட்டு வர்றத நினைச்சா ரொம்ப சந்தோசமாக இருக்கு. சரி கொல்லங்கோடு பத்ரகாளி அம்மன் பத்தி சொல்லுறேன் கேளுங்க'என்று வினோத் பேச்சைத் தொடர்ந்தான்.

'இந்தக் கோவிலை அமைச்சது மாசி மார்த்தாண்டம் என்பவர். அவரது சமாதியும் அங்கேதான் இருக்கு. பங்குனி மாதம் 10 நாட்கள் திருவிழா நடக்கும். ஆனா பரணி நட்சத்திரத்துல முடியுறது போலதான் விழா தொடங்கும். திருவிழா, தூக்க நேர்ச்சை, சடங்குன்னு நிறைய நடக்குறதுனால ரொம்ப புகழ்பெற்ற கோவில்தான் கொல்லங்கோடு பத்ரகாளி அம்மன் கோவில். ஆனா, அம்மன் ஒரே கோவில்ல இல்லாம இரண்டு கோவில்ல இருக்கு. வட்டவிளை, வெங்கஞ்சி எனும் இரு கிராமங்கள்ல அம்மன் கோவில் இருந்தாலும் இரண்டும் ஒரே அம்மனாகத்தான் கருதப்பட்டது.

அதுல வட்டவீளை கோவிலைக் மூலகோவிலுனும், வெங்கஞ்சி கோவிலைத் தூக்கத் திருவிழா கோவில்னும்

அழைப்பாங்க. இதுல வெங்கஞ்சி கோவிலைச் சுற்றி மாமரம், தென்னை மரம் நிறையவே இருக்கும், அங்க தான் அம்மனின் நகைகளும், சிலம்பும் இருக்கு,கூடவே பரிகாரத் தெய்வங்கள் இருக்கு. ஆனா, வெங்கஞ்சி கோவில் கேரளா பாணில இருக்கும். இந்தக் கோவில் விழாவிற்கு கேரளாவிலிருந்தும் அதிக மக்கள் அம்மனை தரிசிக்க வாராங்க. குத்தியோட்டம், தாலப்பொலி, பிடிப்பணம், துலாபாரம், பூமாலை போன்ற நேர்ச்சைகளும், மிகவும் பிரசித்தி பெற்ற தூக்கம் நேர்ச்சையும் இந்தக் கோவிலுக்கு மேலும் சிறப்பைத் தந்திட்டு இருக்கு' என்றான் வினோத்.

'ஆமா, குமரி மாவட்டத்திலுள்ள இந்துக் கோவில்களுக்க பெருமைகள தொடர்ந்து சொல்லுறியே. அங்க கிறிஸ்தவர்களும் இருப்பாங்கல. அதையும் சொல்லலாமே?' எனக்கேட்டான் பெனிட்.

'ம்ம்... எங்க மாவட்டத்துல கிறிஸ்தவங்களும் அதிகமா இருக்காங்க. கி.பி.1493 ஆம் வருசம் சமயத்திலேயே கிறிஸ்தவம் குமரியிலே விதைக்கப்பட்டிருக்கு. முதல்ல கடற்கரை மக்கள்தான் கிறிஸ்தவர்களாக மாறியிருக்காங்க. போர்த்துகீசிய நாட்டைச் சார்ந்த புனித சவேரியார் அதாவது சேவியர் அவர்கள் குமரி மண்ணில் தங்கி கிறிஸ்தவ சமயத்தைப் பரப்பியிருக்காரு. அவரு பல அற்புதங்களையும் செய்திருக்காரு. அந்தச் சமயத்துல வேணாடு மன்னர்களின் ஆட்சி நடந்துருக்கு.

அப்புறமா ஜெர்மனியைச் சேர்ந்த வில்லியம் ரிங்கிள்டோபி மிஷ்னரியும் கிறிஸ்துவ மதத்தைப் பரப்பியிருக்காரு. கிறிஸ்துவ

மதம் வேகமா பரவியிருக்கு. அதற்கு முக்கிய காரணம் திருவிதாங்கூர் சமஸ்தானத்தில இருந்த தீண்டாமை ஏற்றத்தாழ்வுனு பல காரணம் உண்டு.

ரிங்கிள்டோபி ப்ரோடேஸ்டேன்ட் கிறிஸ்தவத்தையும், புனித சவேரியார் கத்தோலிக்க கிறிஸ்துவத்தையும் பரப்பியிருக்காங்க. அதுதவிர எல்.எம்.எஸ் அமைப்பு கிறிஸ்துவ மதத்தைப் பரப்பியிருக்கு. இவர்களுக்குப் பின்னால் வந்த ரெவரென்ட் மீட், ரெவரென்ட் சார்லஸ் மால்ட், டாக்டர். அர்ச்சிபால்டு, ராம்சே, கேத்தரின் பூத் போன்றவங்களாலயும் கிறிஸ்துவ மதமும், கல்வி, மருத்துவம் என பெருகுச்சி. இப்போதும் குமரி மாவட்டத்தை சி.எஸ்.ஐ., ரோமன் கத்தோலிக்கம், லண்டன் மிஷன், சீரோ மலபார்,

● **தூக்க நேர்ச்சை**

லுத்தரன், பெந்தேகோஸ்தே, சால்வேஷன் ஆர்மின்னு நிறைய சர்ச்சுகள் அதிகமா இருக்கு.

அதேபோல, இஸ்லாமியர்களும் பெருமளவு வசிக்கிறாங்க. கி.பி.11ஆம் நூற்றாண்டிலேயே இஸ்லாமியம் குமரிமாவட்டத்துக்கு வந்துட்டதா சொல்லுறாங்க. ஞானிகளான தக்கலை பீர்முகம்மது என்கிற பீரப்பா, கோட்டாறு ஷேக் மதீனா சாஹிப் போன்றவங்களும் எங்க மண்ணில் வாழ்ந்து பெருமையடைய வைத்திருக்காங்க' என்று வினோத் சொன்னான்.

'வேற என்ன சிறப்புலாம் இருக்கு?' என செல்வன் கேட்டான்.

'செம்பருத்தி, வருக்கை, கூளான்னு பலாப்பழங்களும், தொழுவன், மட்டி, ரசகதலி, மோரீஸ், பாளையங்கோட்டான், நேந்திரம்னு வாழைப்பழங்களும், பல வகையான மாம்பழங்கள், மரச்சீனி கிழங்குகள், கடலை, அன்னாசிப்பழம், அயனி பழம், சீதாப்பழம்னு நிறைய விளையுது. நெல், வாழை, ரப்பர், தென்னை போன்ற விவசாயமும் நடக்குது. இப்போ புதுசா சோளமும் பயிரிட ஆரம்பிச்சிட்டாங்க என்று சொல்லிக்கொண்டே, 'நாம மதுரை வந்துட்டோம். இனி நான் கார் ஓட்டுறேன். நீங்க கொஞ்சம் நேரம் தூங்குங்க' என்றான் வினோத்.

காரை ஓரமாக நிறுத்தி வினோத் காரை ஓட்ட இடமளித்தான் செல்வன்.

வினோத் காரை ஓட்டத் தொடங்கினான். சிறிது நேரத்தில் நண்பர்கள் உறங்கத் தொடங்கினார்கள். தனக்குப் பிடித்த இளையராஜாவின் மெலடிப் பாடல்களைப் போட்டுக் கேட்டுக் கொண்டிருந்தான் வினோத்.

கார் திருமங்கலத்தை நெருங்க லேசான மழை பெய்யத் தொடங்கியது. கார் கண்ணாடிகளை மேல ஏற்றிவிட்டு ஏசி போட்டு காரை ஓட்டினான் வினோத்.

மழை வலுக்கத் தொடங்கியது. சிறிதுநேரத்தில் இடியுடன் கூடிய கனமழை பெய்யத் தொடங்கியது. காரை சற்றுவேகம் குறைத்து ஓட்டினான். கார் விருதுநகர் மாவட்டம் நுழைந்து புறவழிச்சாலையில் போனது. மழையின் வேகம் குறைந்தது. போகப்போக படிப்படியாக மழை நின்றுபோனது.

காரின் வேகத்தை அதிகரித்தான். கார் திருநெல்வேலி மாவட்டத்தில் நுழைந்தது. திருநெல்வேலி பேருந்துநிலையம் பக்கமாக காரைத் திருப்பினான். காரை நிறுத்திவிட்டு அல்வாவும், ஸ்வீட்டையும் வாங்கிக் கொண்டு காரில் ஏறிக் கொண்டு கிளம்பினான். கார் நாங்குநேரி சுங்கச் சாவடியைக் கடந்து வள்ளியூர், பணகுடி என வர நண்பர்களை எழுப்பத் தொடங்கினான்.

சூரியன் உதிக்கத் தொடங்கியது. பணகுடியைத் தாண்டி வர வலதுபக்கமாகக் கையை நீட்டி 'இதுதான் இஸ்ரோ விண்வெளி ஆராய்ச்சி மையம் என வினோத் சொல்ல இஸ்ரோவின் கம்பீரமான இரும்புக் கதவை நண்பர்கள் ஆர்வமாகப் பார்த்தனர்.

காரை காவல்கிணறு சந்திப்பில் நிறுத்தினான் வினோத். 'மச்சான் வாங்கடா டீ சாப்பிடலாம்' என எல்லோரையும் அழைத்தான். எல்லோரும் முகத்தைக் கழுவிக்கொண்டு டீக்கடையில் அமர்ந்து சூடான உளுந்து வடைசாப்பிட்டு டீயைக் குடித்தனர்.

'சரி வாங்க போகலாம்'என்று சொன்னான் வினோத்.

'திருநெல்வேலி எப்போ வரும்?' என ஆர்வமாகக் கேட்டான் ஜெபா.

'எதுக்கு?' என்றான் வினோத்.

'வேறென்ன, அல்வா வாங்கத்தான்' என்று ஜெபா சொன்னான்.

'சரி வாங்க போகலாம்' என்று காரில் ஏறி, தான் வாங்கிய அல்வா பார்சலை ஜெபாவிடம் கொடுத்து விட்டு 'திருநெல்வேலி தாண்டி வந்துட்டோம். நான் தான் உங்களை எழுப்பாமல் அல்வா வாங்கி வச்சேன்' என்று வினோத் சொன்னான்.

அல்வாவை எல்லோரும் ருசிக்க கார் கிளம்பியது.

காரை சற்று தூரத்தில் நிறுத்தி விட்டு எல்லோரையும் கீழே இறங்கச் சொன்னான் வினோத்.

'என்னடா அதுக்குள்ள நாகர்கோவில் வந்துட்டா' என பெனிட் கேட்டான்.

'இல்ல எல்லோரும் இறங்கி வாங்க' என்று வினோத் கூப்பிட்டான்.

நண்பர்கள் இறங்கி நடக்கத் தொடங்கினர்.

அப்போது ஜில்லென்ற காற்று முகத்தில் வீசி ஒரு குளுமையை வருவித்தது. 'இதுதான் எங்க மாவட்ட எல்லைன்னு பெருமையாகச்' சொன்னான் வினோத்.

'சரி, நடந்துட்டுருங்க. நான் காரை எடுத்துட்டு வரேன்'னு காரை நோக்கி ஓடினான் வினோத்.

காரை ஓட்டி வந்து நண்பர்களை ஏற்றினான். கார் கண்ணாடியைக் கீழே இறக்கிவிட்டான் வினோத்.

அப்போது,காற்றாடிகள் வணக்கம் சொல்லி வரவேற்பதைப் போல நண்பர்கள் உணர்ந்தனர்.

‘இங்கிருக்ககூடிய காற்றாடிகள் மூலமாகக் காற்றாலை மின்சாரம் தயாரிக்கப்படுது’ என்று விவரித்தான் வினோத்.

‘மேற்குத்தொடர்ச்சி மலையில் தென்றலாய்க் கிளம்புற காற்று, ஆரல்வாய்மொழி கணவாயைக் கடக்கும்போது சூறாவளி போல சுழன்று வீசும். இதைப் பயன்படுத்தி ஆரல்வாய்மொழி, முப்பந்தல், வடக்கன்குளம் வரை காற்றாலை அமைஞ்சிருக்கு. 1990-ஆம் வருசம் காற்றாலை சாம்ராஜ்யம் இப்பகுதிகள்ல தொடங்கியிருக்கு. தனியார் நிறுவனங்கள், மத்திய, மாநில அரசுகளுக்கு இந்தக் காற்றாலைகள் மின்சாரம் வழங்கிட்டுருக்கு. பலமான காற்று வீசும் நேரத்தில் ஒரு காற்றாலையில் தினசரி 600 யூனிட் மின்சாரம் வரை உற்பத்தியாகுது. ஆண்டுக்கு 4.5 லட்சம் யூனிட் மின்சாரத்தை ஒரு காற்றாலையால் வழங்க முடியும். கன்னியாகுமரி மாவட்ட மின் தேவையில் 30 சதவீதத்துக்கு மேல் காற்றாலை மின்சாரம் பூர்த்தி செய்யுது.மேற்குத் தொடர்ச்சி மலையில் நிலவுற தட்பவெப்பம் மாறும்போது காற்றாலை மின்சாரம் குறையவும் வாய்ப்புண்டு. இந்தக் காற்றாலைகளில பெரும்பாலானவை 24 மணி நேரமும் ஓடிக்கொண்டே இருக்கும்’ என்றான் வினோத்.

கார், நாகர்கோவில் சாலையை நோக்கிப் பயணித்தது.

சிறிது நேரத்தில் எதிரே வரும் வாகனங்களும் தங்களைக் கடந்துபோன வாகனங்களும் மெதுவாக நிற்பதைக் கவனித்தனர்.

‘என்னடா, ஏதாவது ட்ராபிக் ஜாமா?’ எனக் கேட்டான் செல்வன்.

‘இல்லடா, இதுதான் முப்பந்தல் இசக்கியம்மன் கோவில்’ என்று வினோத் சொல்லிக் கொண்டிருக்க,

‘இதுதானே ஔவையார் சேர, சோழ, பாண்டியர்களை ஒரே இடத்துல வருவித்த இடம்’ என்று சுதன் கேட்டான்.

‘ஆமா’என்றான் வினோத்.

‘வண்டிகள் ஏன் நிக்குது?’ என்று கேட்டான் பெனிட்.

‘அது பிரசாதம் வாங்க’ என்றான் வினோத்.

‘டேய், நாமளும் அங்கே போய்ப் பார்க்கலாம்’ என்றான் சுதன்.

'சரி', என்று காரை முப்பந்தல் கோவிலின் முன்பாக நிறுத்திவிட்டு கோவிலுக்குள் நுழைந்தனர். கோவிலைச் சுற்றிப் பார்த்தனர்.

'நான் ஏற்கனவே இதன் வரலாற்றை உங்களுக்குச் சொல்லிட்டேன். ஆனா, இங்க நடக்கிற பூமிதி திருவிழா, மிகவும் பிரபலமான விழா' என்றான் வினோத்.

சுதனின் கண்கள் ஔவையாரின் ஓவியத்தைக் கண்டது. 'அதோ ஔவையார்' என நண்பர்களுக்கு காண்பித்துக் கொடுத்தான்.

கோவிலைப் பார்த்துவிட்டு வெளியே வந்து காரில் ஏறிப் பயணித்தனர். திருநெல்வேலி, பணகுடி, வள்ளியூர், திருச்செந்தூர், மதுரை என பஸ்கள் எதிரே வந்து கொண்டிருந்தது. ஆங்காங்கே கல்லூரிகளின் பெயர்ப் பலகைகளும் காட்சிதரத் தொடங்கின.

சற்றுத் தொலைவில் புகைமண்டலமாகத் தெரிய,

'அங்க ஏதோ தீ பிடித்து எரியுது சீக்கிரம் போ' என பெனிட் கத்தினான்.

காரிலிருந்து குனிந்து பார்த்து, 'அது செங்கல் சூளைடா' என்றான் வினோத்.

'செங்கல் சூளையா' என ஆச்சரியப்பட்டான் சுதன்.

'ஆமா இங்கிருந்துதான் செங்கல்கள் கட்டிட வேலைக்கு வெளியூர்களுக்கும், வெளிமாவட்டத்துக்கும் ஏன் கேரளாவிற்குக் கூட போகுது' என்றான் வினோத்.

கார் ஆரல்வாய்மொழியை வந்தடைந்தது.

'இது பக்கத்துலதான் பொய்கை அணை இருக்கு' என்று வினோத் சொல்ல,

'அப்ப நாகர்கோவில் எப்போ வரும்' என்று கேட்டான் பெனிட்.

'இதே ரோட்டுல நேரே போனா நாகர்கோவில் தான். என்ன உங்களுக்குப் பசிக்குதா' என்று கேட்டுக் கொண்டிருக்க வினோத்தின் போனுக்கு அழைப்பு வந்தது.

'அம்மா. ஆமா வந்துட்டோம். இன்னும் ஒரு மணி நேரத்துல வீட்டுக்கு வந்துருவோம்' என்று போனில் சொன்னான் வினோத்.

கார் ஆரல்வாய்மொழியில் இருந்து வலதுபுறமாகச் சென்றது.

'டேய், இங்கேயும் செங்கல் சூளைகள் நிறைய இருக்கு' என்றான் பெனிட்.

கார் பொய்கை அணையை வந்தடைந்தது.

'இதுதான் பொய்கை அணை. ஆரல்வாய்மொழிக்குத் தண்ணீர் தாகத்தைத் தீர்க்குது. அதோ அங்க தெரியுற மலையின் பகுதி வழியாகக் கூட மன்னர் காலத்துல படையெடுப்பு நடந்துருக்கு' என விளக்கிக் கொண்டிருந்தான் வினோத்.

'இவன் நமக்கு இப்ப நண்பன் இல்ல, இப்போ டூரிஸ்ட் கைடுடா' என வினோத்தை கிண்டல் செய்தான் செல்வன்.

சூரியனின் கதிர்கள் கொஞ்சம் சூடாக மாறிக் கொண்டிருந்தது. 'சரி வாங்க போகலாம்' என்று அழைத்தான் வினோத்.

'ஒன் ஆட்டோமேட்டிக் கேமிராவை ஆன் பண்ணு, நாம சேர்ந்து போட்டோ எடுத்துக்கலாம்' என்றான் ஜெபா.

செல்வன் தனது கேமிராவை ஆன் பண்ணி காரின் மேல் வைத்து நண்பர்களுடன் வந்து ஒட்டிக் கொண்டான். கேமிரா க்ளிக் என சத்தம் எழுப்பியது. வினோத்தின் நண்பர்களுடன் சேர்த்து பொய்கை அணையும் புகைப்படத்தில் பதிவானது.

காரைக் கிளப்பினான் வினோத்.

‘இதுலருந்து கொஞ்ச தூரத்துல தான் சீதப்பால் ஔவையாரம்மன் கோவில் இருக்கு. அதையும் பார்த்துட்டு போயிரலாமா?’ என வினோத் கேட்க,

‘உன் இஷ்டம். ஆனா எல்லா இடத்தையும் எங்களுக்குக் காட்டித் தருவது உன் வேலை’ என்றான் சுதன்.

கார் நேராக செண்பகராமன்புதூர் மின்சார அலுவலகத்தைத் தாண்டி வேகமாகப் போனது.

‘ஆமா, இப்படியே நாகர்கோவிலுக்குப் போகலாமா?’ எனக் கேட்டான் செல்வன்.

‘ஆமா போகலாமே. இப்படி நேரா போனா பூதப்பாண்டி. அங்கிருந்து ஈசாந்திமங்கலம், இறச்சகுளம், புத்தேரி வழியா நாகர்கோவிலுக்குப் போயிரலாம்’ என்றான் வினோத்.

கார் ஔவையாரம்மன் கோவிலை நெருங்கி வரத் தொடங்கியது.

போகும் வழியில், கோவிலுக்கு வந்த பக்தர்களின் கார்கள் அணிவகுத்து நின்றது. பெரும்பாலும் கேரளா பதிவெண் கொண்ட வாகனங்களே அதிகமாகத் தென்பட்டது. காரை ஓரமாக நிறுத்திவிட்டு கீழே இறங்கிக் கோவிலுக்குச் சென்றனர். கோவிலுக்கு வருவோரும், போவோரும் பெண்களாகவே தென்பட்டனர். கோவிலைச் சென்றடைந்து சுற்றும்முற்றும் பார்த்தால் மலையாளமும் தமிழும் கலந்த பேச்சுவழக்கு உரையாடல் கேட்டுக்கொண்டிருந்தது. கேரளாவிலிருந்தும், குமரி மாவட்டத்திலிருந்தும் பெண்கள் வந்து மாவு பிசைந்து கொழுக்கட்டை தயார் பண்ணிக் கொண்டிருந்தனர்.

கோவிலை வெளியே நின்று பார்த்துக் கொண்டனர். கோவிலின் மேலே இன்னும் ஒரு கோவில் தென்பட அருகில் சென்று பார்த்தனர். அது குமரகுருபர சுவாமிகள் கோவில் அதையும் பார்த்துவிட்டு கீழே இறங்கும்போது இதமான காற்று வீசியது.

‘ஆகா, இந்தக் காத்துல தூங்கினா சுகமா தூக்கம் வரும்’ என்று செல்வன் சொன்னான்.

‘மச்சி, அப்போ நீ மட்டும் தூங்கு. நாங்க போறோம்’ என்று வினோத் கூற அனைவரும் சிரித்தனர்.

‘ஆமா, ஏன் இங்க இவ்வளவு கூட்டமா இருக்கு?’ என செல்வன் வினோத்திடம் கேட்டான்.

‘ஆடி மாதங்கள்ல உள்ளூர் மற்றும் வெளியூரிலிருந்து பெண்கள் வந்து கொழுக்கட்டை மற்றும் கூழ் படைத்து வழிபடுவாங்க. அப்படி வழிபட்டா திருமணமாகாத பெண்களுக்கு சீக்கிரம் திருமணம் ஆகும். திருமணமாகி குழந்தை இல்லாதவர்களுக்கு சீக்கிரமாகவே குழந்தை பாக்கியம் கிடைக்கும்னு நம்பிக்கை வைத்து வழிபடுறாங்க. குறிப்பா, கொழுக்கட்டைக்கு உப்பு போடமாட்டாங்க. ஆம்பளங்களுக்கும் கொடுக்காமல் அவங்களே சாப்பிட்டுருவாங்க’ என்று வினோத் சொன்னான்.

கார் கிளம்பியது.

‘பசிக்கத் தொடங்கிட்டு நல்ல ஹோட்டலா பார்த்து நிறுத்து. சாப்பிட்டுப் போயிரலாம்’ என்றான் ஜெபா.

‘அப்போ நாம் ஆரல்வாய்மொழி பாதைக்கே போயிரலாம். அங்கேயே சாப்பிடலாம்’ என சொல்லிக் கொண்டே காரை வினோத் திருப்பினான்.

ஆரல்வாய்மொழி ஜங்ஷனில் ஹோட்டல் முன்பாக கார் ஒதுங்கியது. சாப்பிட்டுவிட்டு கிளம்பத் தொடங்கினர்.

நாகர்கோவில் நோக்கிவர சற்றுத் தொலைவில் இடதுபுறமாக காரைத் திருப்பினான் வினோத். புனித தேவசகாயம் மவுண்ட் 2 கி.மீ என்ற போர்டு கண்ணில் பளிச்சிட்டது. போகும் வழியில் மீண்டும் செங்கல் சூளைகள் சற்றுநேரத்தில் தேவசகாயம் மவுண்ட் வந்தடைந்ததும், காரை விட்டு இறங்கினர்.

கண் எதிரே பெரிய ஆலயம் கம்பீரமாகக் காட்சியளித்தது. அதன் பக்கத்திலுள்ள மலையில் படிக்கட்டுகள். மலையில் இயேசுவின் சிலைகள் நின்றன. படங்களும் வரையப்பட்டிருந்தன. படிக்கட்டு வழியாக ஏறிப் பார்த்தனர்.

அமைதியான சூழல் மனதை வருடும் காற்று என இதமாக இருந்தது. 'தியானம் பண்ண ஏற்ற இடம்டா' என்றான் பெனிட்.

'இங்கேயும் நிறைய சுற்றுலாப் பயணிகளும், ஆன்மிகவாதிகளும் வாராங்க. இங்கதான் சிம்பு நடித்த கோவில் படம் எடுத்தாங்க' என்றான் வினோத்.

‘சரி போகலாமா’ என வினோத் கேட்க,

‘நில்லு போட்டோ எடுக்கணும்ல’ என்றான் பெனிட்.

போட்டோ எடுத்துக் கொண்டனர். கார் பிரதான சாலையை வந்தடைந்து நாகர்கோவில் நோக்கிப் பயணித்தது.

சாலையின் இருபுறமும் ஜவுளிக்கடைகளில் சுடிதார், சேலைகளை அழகாக வெளியில் தொங்கவிடுவது போல பூக்களை மாலைகளாகக் கட்டித் தொங்க விட்டிருந்தனர்.

‘எந்த ஊரு இது?’ என செல்வன் கேட்க,

‘இதுதான் தோவாளை. நான் ஏற்கனவே சொல்லியிருக்கேன்ல, தமிழ்நாட்டுலேயே பெரிய பூ மார்க்கெட். இங்க தான்’ என்று சொல்லிக்கொண்டே காரை ஓரமாக நிறுத்தினான் வினோத்.

இறங்கி சுற்றும்முற்றும் பார்த்தனர். பூக்களின் வாசனை மூக்கைத் துளைத்தது.

‘மல்லி, கோழிப்பூ, சம்பங்கி, தாமரை, அரளி, பிச்சி, கனகாம்பரம், ரோஜா, செவ்வந்தின்னு இங்கே எல்லா பூவும் கிடைக்கும்’ என்றான் வினோத்.

‘அது என்ன கோவில்?’ என மலைமேல் அமைந்திருந்த கோவிலைப் பார்த்துக் கேட்டான் செல்வன்.

‘அதுவா தோவாளை சுப்பிரமணிய சுவாமி கோவில். வாங்க அங்க போகலாம்’ என நண்பர்களை அழைத்துக் கொண்டு போனான் வினோத்.

நுழைவுவாயில் வழியாக நுழைந்து சுற்றிப்பார்க்க கோவிலின் மலைப்படிக் கட்டுகள் கண்ணில் தென்பட்டது. படிகளில் ஏறத் தொடங்கினர். ஏறஏற சுற்றிப் பார்த்தனர். அருகிலுள்ள கிராமங்களும் இயற்கையும் அழகாகக் காட்சி தந்தது.

‘மச்சான், சரியான வியூபாயிண்ட்’ என்றான் சுதன்.

கோவிலை வந்தடைந்தனர். சுற்றிப்பார்த்தனர். வெளியே வந்து மலைமேல் உட்கார்ந்தனர்.

‘என்ன இந்த ஊருக்கு வரலாறு ஏதும் இல்லையா?’ என செல்வன் கேட்க,

பதில் சொல்லத் தொடங்கினான் வினோத்.

‘முன்பு பாண்டியநாடு எல்லையா தோவாளை இருந்திச்சி. இங்க படை வீரர்கள் பலர் முகாமிட்டு இருந்தாங்கன்னும், அவர்கள் தோளில் எப்போதும் வாள் இருந்ததால தோள் - வாள் என்ற சொற்கள் இணைந்து தோவாளை என்று பெயர் வந்ததுன்னும், தேவர் வாழ்விளை தோவாளைனு சொல்லுரவங்களும் உண்டு. இந்திரன் மும்மூர்த்தியை வழிபட சுசீந்திரம் வரும்போது இங்குள்ள மலர்களின் வாசம் அவனைக் கவர்ந்ததாம், மலர்களை இந்திரன் தினமும் சுசீந்திரம் தாணுமாலையன் சுவாமி கோவிலுக்கு எடுத்துச் சென்று மலர்தூவி வழிபட்டு, சாபவிமோசனம் பெற்று விண்ணுலகுக்கு இங்குள்ள பூக்களையே அவன் வழிபாட்டிற்குப் பயன்படுத்தினான்னும், அங்க தினமும் பூக்களை அனுப்பி வைக்க தேவர்களை இந்திரன் இவ்வூரில் குடியமர்த்தினான்னும், இப்படி தேவர்கள் வாழ்ந்த ஊர் தேவர் வாழ்வினை என்றாகி பின்னால் தோவாளை என்று மாறியதுன்னும் சொல்லுவாங்க.

இந்த மலைப்படிகள் மொத்தம் 108. இந்தக் கோவில்ல ஐப்பசி மாதம் கந்த சஷ்டி விழாவும், சூரசம்ஹார திருவிழாவும்

நடக்கும். ஆடி மாதம் கடைசி வெள்ளிக்கிழமை மலர்முழுக்கு விழாவும் வெகு விமர்சையாக நடக்கும். தோவாளைக்கு எதிர் வில்லி சோழபுரம் என்கிற பெயரும் உண்டு. இது சோழர்களின் ஆட்சி நடந்ததிற்கான சான்று. இந்தக் கோவிலைப் பத்தி கவிமணி தேசிக விநாயகம்பிள்ளையும் குறைகூறுவது போல கவிதையும் பாடியுள்ளார். அது நிந்தாஸ்துதி. அதை சொல்லுறேன் கேளுங்க.

'தந்தை மலையாளி, தாய்மாமன் மாட்டிடையன் வந்த ஒரு மச்சானும் வாணியனே, சந்தமும் விண்முகத்தை எட்டும் அயில் வேலேந்து பன்னிருகைச் சண்முகத்திற்கு சாதியெது தான் என்பதுதான்.'

'என்ன ஒன்னுமே புரியல, விளக்கமாகச் சொல்லுடா?' என்றான் பெனிட்.

'கயிலை மலையிலே உள்ள சிவன் முருகனின் தந்தை. சிவன் மலையிலே வாழ்வதால் மலையாளி என்கிறார் கவிமணி. திருமால் முருகனின் தாய்மாமன் மாடுமேய்த்த கண்ணன் திருமாலின் ஒன்பதாவது அவதாரம். அதனால் அவரை மாட்டிடையன் என்றும், பிரம்மன் திருமாலின் மகன் அதனால் அவன் மச்சான் ஆகிறான். அவன் கலைமகளான வாணியின் கணவன். இந்த அடிப்படையில் பிரம்மனை வாணியன் என்று கூறும் கவிமணி, அப்படிப்பட்ட முருகனுக்கு சாதி எது. மலைமேல மருமகனான பாலசுப்பிரமணியனும் மலை அடிவாரத்துல மாமன் பாலகிருஷ்ணனும் அருள் பாலிக்கிறாங்க. கோவில்ல வீரமகேந்திர விநாயகரும், ஆண்டி கோலத்துல முருகனும் காட்சி தர்றாங்க. இங்க நிறைய திருமணங்களும் நடக்கும். சரி, கீழே போலாமா?' எனக் கேட்டான் வினோத்.

எல்லோரும் காரில் ஏற கார் புறப்பட்டது.

கார் வேகமாக வெள்ளமடத்தை நெருங்கியது.

'இதுதான் புத்தனாறு. இது கன்னியாகுமரி மாவட்ட ஜீவநதியான பழையாற்றின் கிளை ஆறு' என வெள்ளமடத்தைத் தாண்டிச் செல்லும் ஆற்றைக் காட்டினான் வினோத்.

கார் தேரேகால்புதூர் தாண்டி திருப்பதிசாரம் வந்து வலதுபுறமாகத் திரும்பியது.

'இங்கதான் உங்க வீடு இருக்கா?' என ஜெபா கேட்டான்.

'இல்ல, இங்கதான் பன்னிரு ஆழ்வார்களில் ஒருவரான நம்மாழ்வாரின் தாயின் ஊர். இங்கே திருவாழ்மார்பன் கோவில் இருக்கு. அங்க தான் உங்களை கூட்டிட்டுப் போறேன்' என்றான் வினோத்.

போகிற வழியில் தென்னை தோப்புகளும், வயல்வெளிகளும் ரம்மியமாகக் காட்சி தந்தது. தேரோடும் வீதியிலே கார் போய் கோவில் முன்பாக நின்றது. ஒரு அமைதியான சூழலில் அமைந்திருக்கும் கிராமம் திருப்பதிசாரம். காரைவிட்டு இறங்கிப் பார்த்தனர். கோவில் கம்பீரமாகக் காட்சியளித்தது.

'இந்தக் கோவிலுக்கு ஏதும் வரலாறு வச்சிருப்பியே, இன்னும் சொல்லலையே' எனக் கேட்டான் சுதன்.

'இந்தக் கோவிலின் மூலவர் திருவாழ்மார்பன். இவர திருக்குறளப்பன்னும் சொல்லுவாங்க. திருவாழ்மார்பனின் கோலம் நரசிம்ம அவதாரக் கதையுடன் தொடர்புடையது. நரசிம்மர் இரணியனை வதம் செய்த பிறகு வேகம் அடங்காமல் நின்றார். பிரகலாதன் ஸ்தோத்திரம் செய்தான். லட்சுமிதேவி பெருமாளின் சினம் தவிர்க்க தாமரையில் அமர்ந்து தவம் செய்தாள். பெருமாள் அமைதியானார். அந்தக் கோலமே இக்கோவிலில் உள்ளது. இதனாலே இவர் திருவாழ்மார்பன் எனப்பட்டார். திருவாகிய லட்சுமி தன் பதியாகிய விஷ்ணுவைச் சார்ந்து இவ்வூரில் தங்கியதால் திருப்பதிசாரம் என இவ்வூருக்குப் பெயர் வந்தது.

நம்மாழ்வார் சம்சார சம்பந்தமின்றி விச்சிராந்தியாய் உட்கார்ந்திருக்கும் போது பெருமாள் தன் அழகிய உருவில்

தோன்ற ஆழ்வார் துக்கம் மறந்து இப்பெருமாளை நான் பாடுவேன் எனக் கூறி இங்கேதான் மங்களா சாசனம் செய்தாராம். இதோ எதிரே இருக்கிற தெப்பக்குளம் திருமலைநாயக்கர் காலத்தில் கட்டப்பட்டதாம்' என்றான் வினோத்.

தேரோடும் வீதிகளின் நடுவே கிழக்குப் பார்த்து இருக்கும் திருவாழ்மார்பன் கோவிலுக்குள் சென்றனர்.

கோவிலின் முகப்பில் ஸ்ரீதேவி, பூதேவி, பெருமாள், ராமர், லட்சுமணர், கருடன், அனுமன், நம்மாழ்வார் போன்ற சிற்பங்களைக் கண்டனர். கோவிலின் உள்ளே கிழக்குப் பிரகாரத்தின் நுழைவுவாசலின் தென்புறத்திலுள்ள முதல் தூணில் மச்ச, கூர்ம, வராக, நரசிம்ம, பரசுராமர், பலராமர், கிருஷ்ணன், ராமன், கல்கி என ஒன்பது அவதார சிற்பங்கள் தெரிந்தது.

'இங்க திருவிழா சித்திரை மாதம் மிருகசிருஷம் நட்சத்திரத்தில் ஆரம்பிச்சி பத்துநாள் நடக்கும். ஐந்தாம் நாள் கருட சேவையும், ஒன்பதாம் நாள் தேரோட்டமும் நடக்கும். விஜயதசமியில் திருவாழ்மார்பனின் தங்கையான திருப்பதி நங்கை வெள்ளைக்குதிரை வாகனத்தில் அம்பெய்யச் செல்லும் நிகழ்ச்சி கோலாகலமாய் இங்கு நடக்கும். வைகுண்ட ஏகாதசியில் பரமபத வாசல் திறப்பு என மற்ற வைணவ கோவில்களைப் போல நிகழ்ச்சிகளும் நடக்கும். சரி வாங்க இனி வீட்டுக்கு போகலாம்' என வினோத் சொல்ல எல்லோரும் காரில் ஏறினார்கள்.

கார் கிளம்பி பிரதான சாலையில் நாகர்கோவில் நோக்கிச் சென்றது. வழியில் இடதுபுறம் இருந்த அப்டா மார்க்கெட்டை காண்பித்துக்கொண்டே காரை இடதுபுறம் உள்ள பெட்ரோல் பங்கில் விட்டான் வினோத்.

டீசல் டேங்க் ஃபுல்லா போட சொல்லிவிட்டுத் தனது டெபிட் கார்டை எடுத்துக் கொடுத்தான் சுதன். ஏர்செக் பண்ணிக்கொண்டு கார் கிளம்பியது.

எதிரே ஒரு பாலம்.

'இதுதான் பழையாறு. குமரிமாவட்டத்துல மிக முக்கியமான ஆறு.

பழையாறு குமரிமாவட்டத்திலே உற்பத்தியாகி, குமரிமாவட்டத்தை மட்டும் செழிப்பாக்கிக் கொண்டிருக்கிற ஆறு. மேற்குத் தொடர்ச்சி மலையில் மகேந்திரகிரியின் தென் பகுதியில் பறஃளியாறு உற்பத்தியாகி, கோதையாற்றுடன் இணைந்து அரபிக் கடலில் கலக்குது. அதே மகேந்திரகிரி மலையின் வட மேற்கு திசையில் அமைந்துள்ள சுருளோடுல இருந்து பழையாறு தொடங்குது. 34.91 கிலோ மீட்டர் தூரம் ஓடி மணக்குடியில் அரபிக்கடலில் கலக்குது. இந்த ஆறு மூலமா சுமார் 15821 ஏக்கர் நிலம் பாசன வசதிகள் பெறுது. பழையாற்றின் வழியா 97 குளத்துக்கு தண்ணீர் போகுது. பழையாற்றுல பதிமூணு கிளை கால்வாய்களும் உண்டு.

பழையாறு,கோதையாறு வடிநிலக் கோட்டத்தின் கீழ், பொதுப்பணித் துறையின் காட்டுப்பாட்டில் வருது. பழையாறு வெயில் காலத்துல வறண்டுபோய்டும். இதனால தோவாளை, அகஸ்தீஸ்வரம் தாலுகால கடும் பஞ்சம் வந்துருக்கு. மக்கள் உணவு இல்லாமல் தவிச்சிருக்காங்க. அதே சமயம், கொஞ்சம் தொலைவில இருந்த பறஃளியாற்றில வருசம் முழுவதும் தண்ணீர் ஓடி, ஏராளமான நீர் கடலில் கலந்துட்டு இருந்தது. நாஞ்சில் நாட்டு மக்கள் தண்ணீரை பழையாற்றுக்கு திருப்பி பாசனத்துக்கு உதவும்படி பாண்டிய மன்னன் இரண்டாம் ராஜசிம்ஹனிடம் கோரிக்கை வைச்சாங்க. அதன்படி கி.பி.900ல பழையாற்றின் குறுக்கே 20 அடி உயரத்தில் நீண்ட மலைப் பாறைகளைக் கொண்டு அணை கட்டி, அதே போல உயரமான பாறைக் குன்றுகளைக் குடைந்து சுமார் 2 மைல் நீளத்துக்குக் கால்வாயையும் வெட்டுனாங்க.

இந்தக் கால்வாய் மூலம் பறஃளியாற்றில் இருந்து பழையாற்றுக்குத் தண்ணீர் வந்து சேர்ந்தது. இப்போதும் தண்ணீர் வருது. ஒரு ஆற்று வழி நீர் நிலப்பரப்பில் இருந்து மற்றொரு ஆற்று வழி நீர் நிலப்பரப்புக்கு நீர் பரிமாற்றம் செய்யப்பட்ட முதல் திட்டம் இது தான். இந்த நதிகளை இணைத்த பின்புதான் விவசாய பூமியான நாஞ்சில் நாடு செழித்தது. அதைக் கண்ட விளவங்கோடு, கல்குளம் உள்ளிட்ட பகுதிகளைச் சேர்ந்த மக்கள் தங்கள் பகுதிக்கும் இப்படி ஒரு புதிய அணை வேண்டும்ன்னு திருவிதாங்கூர் மன்னர் முதலாம் மார்த்தாண்ட வர்மாவிடம் கேட்டுருக்காங்க. அதன்படி கி.பி.1750-ம் ஆண்டு பாண்டியன் அணைக்குக் கீழே 460 மீட்டர் தள்ளி சரிவான பகுதியில் ஆற்றில் குறுக்கே 6 அடி முதல் 30 அடி வரை கற்சுவர்கள் எழுப்பப்பட்டு புதிய அணை கட்டிக் கொடுத்தார். அதுதான் புத்தன் (புதிய) அணை. இன்னும் சிலர் அங்கிருந்த பாண்டியன் அணையின் தடுப்பணை ஒன்றை மேம்படுத்திக் கட்டப்பட்டதுதான் புத்தன் அணை கட்டுனதுன்னும் சொல்லுவாங்க.

புத்தன் அணையில் இருந்து பத்ம நாபபுரம் - புத்தனாறு கால்வாயை 19 மைல் தூரம் வெட்டுனாங்க. இந்த அணைகளைத் தொடர்ந்து பிற்காலப் பாண்டியர்களும் வேணாடு மன்னர்களும் பழையாத்துல தடுப்பணைகள கட்டுனாங்க. பிறகு படிப்படியா விளாவடிக்கால் அணைக்கட்டுக்கு கீழ வீரப்புலி அணைக்கட்டு, குட்டி

அணைக் கட்டு, பள்ளிகொண்டான் அணைக் கட்டு, சாட்டுப்புதூர் அணைக் கட்டு, செட்டித்தோப்பு அணைக்கட்டு, வீர நாராயணமங்கலம் அணைக்கட்டு, சபரி அணைக்கட்டு, குமரி அணைக்கட்டு, சோழந்திட்டை அணைக்கட்டு, பிள்ளை பெத்தான் அணைக்கட்டு, மிஷன் அணைக்கட்டு, மணக்குடி காயல் அணைக்கட்டுன்னு 13 தடுப்பணைகள கட்டுனாங்க.. இப்பவும் இந்த அணைகட்டுகள் குமரி மாவட்டத்தின் பாசனத்துக்கும் குடிநீர் திட்டங்களுக்கும் உறுதுணையா இருக்குது.

புத்தன் அணையில் தொடங்கி வடக்குத் தாமரைகுளம் மிஷன் அணை வரை 34 .91 கிலோ மீட்டர் நீளம் உள்ள பழையாறு பாசனத்திற்கு முக்கிய பங்காற்றி வருது. இந்த ஆற்றில் இருந்து பிரிந்து செல்லும் விளாவடி கால்வாய் மூலம் 484 ஏக்கர், தேரேகால்வாய் மூலம் 2092 ஏக்கர், பறக்கை கால்வாய் மூலம் 1573 ஏக்கர், சுசீந்திரம் கால்வாய் மூலம் 986 ஏக்கர், மணக்குடி கால்வாய் மூலம் 600 ஏக்கர், பிள்ளைபெத்தான் கால்வாய் மூலம் 207 ஏக்கர், மிஷன் கால்வாய் மூலம் 119 ஏக்கர் மற்ற கால்வாய்கள் மூலம் ஆயிரக்கணக்கான ஏக்கர் நிலம் பாசனம் பெறுது. இதில் பல ஏக்கர் நிலம் இருபோகமும் சில ஏக்கர் ஒரு போகமும் விளையுது.

பல இடங்கள்ல பழையாற்றின் நடுவில மண் திட்டுகளும், செடிகொடிகள் வளர்ந்தும் நிற்குது. பொதுமக்களும் மரங்கள், செடிகள் நட்டு ஆக்ரமிச்சிருக்காங்க. அதனால பழையாற்றின் அகலம் குறைக்கப்பட்டு நீர்ப் பிடிப்பு பகுதிகளும் குறைஞ்சுப் போச்சு. நெறையகோயில்ல சுவாமி அபிஷேகத்துக்கும் இந்த ஆற்று நீரை தான் பயன்படுத்தி வந்தாங்க. சுவாமி ஆறாட்டுக்கு கொண்டு வரப்பட்டு, பழையாத்துக்கும் மக்களுக்கும் இருந்த நெருக்கமான உறவு விலகத் தொடங்கிருக்கு. பொதுவுடமைவாதி ஜீவானந்தம், எழுத்தாளர்கள் நாஞ்சில் நாடன், ம.அரங்கநாதன், கலைவாணர் என்.எஸ்.கிருஷ்ணன் போன்றவர்களும் பழையாத்தங்கரையில் வளர்ந்த மனிதர்கள் தான்' என சொல்லிக்கொண்டே காரின் வேகத்தை மெதுவாக்கினான் வினோத்.

போக்குவரத்து நெரிசலாக இருந்தது. சிறிது நேரத்தில் ஒரு அதிர்வு. ஒலி எழுப்பிக்கொண்டு திருவனந்தபுரத்திலிருந்து,

நாகர்கோவில் சந்திப்புக்கு ரயில் சடக்சடக், சடக்சடக் என வேகமாகப் பாலத்தின் கீழே சென்றுக் கொண்டிருந்தது. போக்குவரத்து நெரிசலில் சீராக கார் வடசேரி நோக்கிச் சென்று கிறிஸ்டோபர் பஸ்நிலையம் வழியாக டிஸ்லரி ரோட்டை கடந்து பெண்கள் கிறிஸ்தவ கல்லூரி சாலையில் உள்ள வினோத்தின் வீட்டின்முன் நின்றது.

வினோத் வீட்டின் கேட்டைத் திறந்தான். அம்மா ஓடி வந்தாள்.

'வாங்க வாங்க' என அனைவரையும் வரவேற்றாள்.

'அம்மா மேல் ரூம் சாவி எங்க?' என வினோத் கேட்க எடுத்துக் கொடுத்தாள்.

'இவன் செல்வன், சுதன், பெனிட், ஜெபா' என அறிமுகப்படுத்தி வைத்தான்.

'டீ, காப்பி என்ன சாப்பிடுவீங்க?' என அம்மா கேட்க

'காப்பி' என்று சொன்னார்கள்.

காப்பி குடித்துக்கொண்டு 'அம்மா வினோதினி எங்க?' என்று வினோத் கேட்டான்.

'அவா ப்ரெண்டுகளுக்கு கார்டு கொடுக்க போயிருக்கா' என்றாள் அம்மா.

'சரி, நாங்க மேல போறோம். மதியம் சாப்பிடத்தான் கீழே வருவோம்ன்னு' சொல்லிக் கொண்டு நண்பர்களை மேல் ரூமுக்கு வினோத் அழைத்துச் சென்றான்.

அறையில் பொருட்களை வைத்துவிட்டு வெளியே சுற்றிப் பார்த்தனர். வீட்டைச் சுற்றிக் கண்ணுக்கு எட்டிய தூரம் வரை தென்னை மரங்கள். கொஞ்சம் குளிர்ந்த காற்றும் இதமாக வீசியது. உள்ளே வந்து ஆங்காங்கே படுத்து உறங்கத் தொடங்கினர். மதியம் இரண்டுமணிக்கு வினோத்தின் அம்மா மேல் மாடி அறைக்கு வந்து எல்லோரையும் எழுப்பினாள். ஒவ்வொருவராய் குளிக்கத் தொடங்கினார்கள். குளித்து முடித்துவிட்டு கீழ் அறையில் வந்து சாப்பிட தரையில் அமர்ந்தார்கள்.

‘எல்லோரும் மேசைல உட்காருங்க’ என அம்மா சொல்ல,

‘வேண்டாம். கீழேயே உட்கார்ந்து சாப்பிடுறோம்’ என சொன்னார்கள்.

மீன் குழம்புடன் சோறைப் பரிமாறினாள் அம்மா.

‘மீன் குழம்பு சூப்பரா இருக்கு. சென்னைல மீன் குழம்புல தேங்கா போடமாட்டாங்க’ என பெனிட் சொன்னான்.

‘சரி, நடந்து வெளியே போகலாமா?’ என வினோத் கேட்டான்.

‘ஓகே. போலாம்’ என எல்லோரும் ரோட்டுக்கு வந்தனர். பெண்கள் கிறிஸ்தவ கல்லூரி சாலையிலிருந்து மணிமேடை நோக்கிச் செல்லும் பாதையில் நடந்தனர்.

‘இதுதான் பெண்கள் கிறிஸ்தவ கல்லூரி’ என இடதுபுறம் அமைந்திருந்த கல்லூரியைக் காண்பித்தான் வினோத்.

‘இது சென்னைலயும் இருக்கே’ என்றான் பெனிட்.

‘இது சி.எஸ்.ஐ டயோசிஸின் கீழ் செயல்படுது. அதுனால

சென்னைலயும் இருக்கலாம். ஆனா இந்தக் கல்லூரி கிறிஸ்தவ மிஷனரிகளால் கட்டப்பட்டது. அந்த நேரத்தில் திருவிதாங்கூர் சமஸ்தானத்தை மகாராணி பார்வதிபாய் ஆட்சி செய்தாருன்'னு சொல்லிக்கொண்டே கற்கோயில் முன் அழைத்து வந்தான் வினோத்.

'இது என்ன சர்ச்சா?, அரண்மனை மாதிரி ரொம்ப கம்பீரமா இருக்கு' எனக் கேட்டான் ஜெபா.

'தெற்கு ஆசியாவில் கைதிகள் எழுப்பிய மிகப்பெரிய தேவாலயம் இதுதான். ரெவரன்ட் மீட் என்பவரின் பெரும் முயற்சியினால் இந்த ஆலயம் கட்டப்பட்டது. இந்த ஆலயம் கட்ட திருவிதாங்கூர் மகாராணி பார்வதிபாயும் உதவி செய்துருக்காங்க. இது முழுக்க முழுக்க கருங்கற்களால் எழுப்பப்பட்ட தேவாலயம். இந்தத் தேவாலயம் கட்ட கற்கள் மற்றும் மரத்தடிகள் கொண்டுவர நாகராஜா கோவில் யானை பயன்படுத்தப்பட்டு இருக்கு' என சொல்லிக் கொண்டே தேவாலயத்தைச் சுற்றிக் காட்டினான் வினோத்.

ஆலயத்தினுள் அமைதியான சூழல். ஆலயம் அழகாகக் காட்சியளித்தது. எல்லோரும் அமர்ந்து பிரார்த்திக்கத் தொடங்கினர். பிரார்த்தித்து விட்டு வெளியே வந்தனர்.

'ஆமா. நாகராஜா கோவில்ன்னு சொன்னியே. அது எங்க இருக்கு?' என செல்வன் கேட்டான்.

'வாங்க, அங்க போகலாம்' எனக் கூறிக்கொண்டே அழைத்துச் சென்றான்.

நாகர்கோவில் நகரின் மையப்பகுதியான மணிக்கூண்டு வந்தடைந்தனர்.

'இந்த மணிக்கூண்டு 1893ஆம் வருசம் திருவிதாங்கூர் ராமவர்மா மகாராஜா காலத்தில் கட்டப்பட்டது. அப்போது சுண்ணாம்பு, கடுக்காய் போன்றவற்றைக் கலந்துக் கட்டினாங்க. இந்தக் கடிகாரம் லண்டனில் இருந்து நாகர்கோவில் வந்த கிறிஸ்தவ மிஷினரி அன்பளிப்பாக திருவிதாங்கூர் மன்னருக்கு வழங்கிட அவர் கடிகாரத்தை இந்த மணிக்கூண்டில் பொருத்தினாராம். இந்தக் கடிகார ஓசை சுற்றுவட்டாரத்தில் இரண்டு கிலோமீட்டர் தூரம் கேட்கும் திறன் வாய்ந்ததாக இருந்தது. இந்த மணிமேடையை மையமாகக் கொண்டு அந்தக் காலத்தில் நகர பகுதிகள்

விரிவடைந்து இந்த மணிக்கூண்டும், நாகராஜா கோவிலின் கோபுரமும்தான் நாகர்கோவில் நகராட்சியின் சின்னமா இருக்கு. இது கலைவாணர் என்.எஸ்.கிருஷ்ணனின் சிலை' மணிக்கூண்டு அருகில் இருந்த என்எஸ்கே.வின் சிலையை வினோத் காண்பித்தான்.

'சரி வாங்க. நாகராஜா கோவிலுக்குப் போவோம்' என்று சொல்லிக்கொண்டே கோவிலை நோக்கி அழைத்துச் சென்றான். நாகராஜா கோவிலின் தெற்கு வாசலுக்கு வந்து சேர்ந்தனர்.

'நான் சொன்ன நாகராஜா கோவில் கோபுரம். இதுதான்' என வினோத் சொல்ல பெனிட் போட்டோ எடுத்துக் கொண்டு இருந்தான்.

கோவிலின் உள்ளே இருந்து பெண்கள் சிறுசிறு கூட்டமாக வெளியே வந்து கொண்டிருந்தனர். சிறிது தூரம் நடந்ததும் ஒரு பெரிய மரத்தைச் சுற்றி நாகர் சிலைகள், அதற்குப் பெண்கள் பால் ஊற்றிக் கொண்டிருந்தனர்.

'இந்தக் கோவிலுக்கு பல வரலாறுகள் உண்டு. பண்டைக்காலத்தில் நாக அரசுகள் இருந்ததாகச் சொல்லுறாங்க. 1800 ஆண்டுகளுக்கு முன் வரையப்பட்ட பண்டை அமராவதி சிற்பங்களிலும், அது போன்ற பிற இடங்களிலும் தலைக்குமேல் பின்புறமாக விரிந்த படங்களுடன் நாகங்கள் தீட்டப்பட்ட மனித உருவங்கள் உள்ளன. இவை நாகர் உருவங்களே. அமராவதியின்

வழிபாடுகளிலிருந்து அகற்றப்பட்டுள்ள சில துண்டங்கள் சென்னை மியூசியத்துலயும் இருக்கு. அந்தச் சிற்பங்கள்ல்ல நாக அரசருக்குத் தனிச்சிறப்பு சின்னமாகப் பின்புறம் ஐந்து தலை அல்லது ஏழு தலை நாகம். நாக இளவரசிக்கு இதுபோல முத்தலை நாகங்களும், பொதுநிலை நாகர்களுக்கு ஒரு தலை நாகங்களும் இருக்கு. அதுபோல இந்த நாகர் சிலைகளும் அமைஞ்சிருக்கு.

நாகர் வழிபாடு மிகத் தொன்மையானது. நாகராஜர் கோயிலின் ஆரம்பம் குறித்த கதைகள் எழுதி வைக்கப்படல. நாகரம்மன் அல்லது நாகராஜா என்னும் தெய்வத்துக்கு நேர்ச்சை செய்வதன் மூலம் சரும நோய்கள் தீரும் என்பது நம்பிக்கை. கேரளத்திலும் அதிகமாக சர்ப்ப வழிபாடு தலங்கள் இருக்குது. இந்த ஆலயத்தில் அனந்த கிருஷ்ணனுக்கு வழிபாடு நடக்குது. தைத் திருவிழாவும், தேரோட்டமும் அனந்த கிருஷ்ணனுக்கே நடக்குது. இந்த நாகரம்மன் கோவில் கருவறை ஓலையால் வேயப்பட்டது. சோழகுல வல்லிபுரம் என்கிற களக்காட்டை ஆட்சி செய்த வேணாட்டு மன்னன் வீர உதய மார்த்தாண்டன், தோல் நோயால் அவதிப்பட்டு பின் இந்த நாகராஜா கோவிலுக்கு வந்து நேர்ச்சையுடன் வேண்டிக்கொண்டார். அவருக்கு அந்தத் தோல் நோய் குணம் அடைந்தது. இதன்பின் இந்தக் கோவிலின் சில பகுதிகளைக் கட்டினாருன்னு சொல்லுவாங்க.

இந்தக் கோவிலுக்கும் ஜைன சமயத்திற்கும் உள்ள தொடர்பு குறித்த செய்திகள் கல்வெட்டுஉண்டு. இங்க இளம்பெண் ஒருத்தி புல் அறுத்துக் கொண்டிருந்தபோது அவளது அரிவாள் ஐந்து தலை நாகத்தின் தலையில் பட்டு ரத்தம் பெருக்கெடுத்து ஓடியதாம். அதைக் கண்டு பயந்த அவள் கிராமவாசிகளை அழைத்து வந்தாள். மக்கள் உடனே இங்கு கோவில் கட்டி வழிபட்டாங்கன்னும் கருவறையை ஒரு பாம்பு காவல் காக்கிறதுனும், கருவறை ஓலையை மாற்றிக் கட்டும்போது அந்தப் பாம்பு தென்படுவதாவும் சொல்லுவாங்க. மூலவர் அமர்ந்துள்ள இடம் எப்போதுமே ஈரமாகவே இருக்கும். மூலவர் இங்கு தண்ணீரில் பிரதிஷ்டை செய்யப்பட்டுள்ளார். அந்தத் தண்ணீர் ஊற்றிலிருந்து எடுக்கப்படும் மண்தான் இந்தக் கோவிலின் முக்கிய பிரசாதம். இது ஆறுமாதம் கறுப்பாகவும், ஆறுமாதம் வெள்ளையாகவும் இருக்கும். இங்கிருந்து மண் எடுக்க எடுக்க

ராம் தங்கம் | 73

குறையாமல் இருப்பது அதிசயமாகும். குழந்தை பாக்கியம் வேண்டியும், நாகதோஷம் நீங்கவும், திருமணம் நடக்க வேண்டியும் பெண்கள் நாகருக்குப் பால் அபிஷேகம் நடத்துறாங்க. உட்பிரகாரத்தில் மகாவிஷ்ணு, ருக்மணி, சத்யபாமாவுடன் அனந்தகிருஷ்ணன், கன்னிமூல கணபதி, நாகலிங்க பூதத்தான் ஆகியோரின் சன்னதிகளும் உண்டு.

பூதத்தாரின் சன்னதியில் பல்வேறு பூதகணங்கள் இருக்கு. நாகரை அடுத்து காசி விஸ்வநாதர் சன்னதி இருக்கு. இந்தக் கோவில்ல ஆயில்ய நட்சத்திர நாளுலயும், ஆவணி ஞாயிற்றுக்கிழமைகளில் அதிக அளவு கேரளா, தமிழ்நாட்டு மக்களும் வந்து வழிபடுகிறாங்க. ஒன்பது ஆயில்ய நட்சத்திர நாட்களில் விரதமிருந்து நாகரை வழிபட்டால் பிள்ளைப்பேறு கிடைக்கும் என்பதும் ஐதீகம். இந்தக் கோவிலை நாகங்கள் காவல் காப்பதாகவும் சொல்லுவாங்க.

இந்தக் கோவில்ல உள்ள ஐந்து தலை நாகம் போன்று காட்சியளிக்கும் நாகலிங்கப் பூவும் நாகராஜரின் உருவ அடையாளம். பொதுவா பெருமாள் கோயில் கொடி மரங்களின் உச்சியில் கருடனை வடிவமைப்பாங்க. ஏற்கனவே பார்த்த திருப்பதிசாரம் திருவாழ்மார்பன் கோவில் கொடி மரத்துலயும் கருடன் தான் இருந்தது. அதுபோல இங்கு உள்ள அனந்த கிருஷ்ணர் சன்னதி கொடிமரத்தில் கருடனுக்குப் பதிலாக ஆமையை வடிவமைத்துள்ளனர். பாம்பும், கருடனும் விரோதிகள் என்பதால் கருடனை இங்குள்ள கொடி மரத்தில் வடிக்கவில்லை. அதற்குப் பதிலாக ஆமையை வடிச்சிவச்சிருக்காங்க.

விசேஷ காலங்களிலும், மாதாந்திர ஆயில்ய நட்சத்திர நாட்களிலும் அனந்த கிருஷ்ணர் ஆமை வாகனத்தில் புறப்படுவார். தேவர்கள் திருப்பாற்கடலைக் கடைந்தபோது மகாவிஷ்ணு கூர்ம (ஆமை) அவதாரம் எடுத்ததன் அடிப்படையில் ஆமையை வடிவமைத்ததா சொல்லுவாங்க' எனக் கோவிலின் வரலாற்றைக்சொல்லிக்கொண்டே கோவிலின் கிழக்குவாசல் வழியாக எல்லோரையும் அழைத்துக்கொண்டு ஒழுகினசேரி ரோட்டில் நடந்தான் வினோத்.

நடந்துகொண்டே கலைவாணர் என்.எஸ்.கிருஷ்ணன் வீட்டருகே வந்தனர்.

'இதுதாண்டா, தமிழ் சினிமாவின் 'சார்லி சாப்ளின்' கலைவாணர் என்.எஸ்.கிருஷ்ணனின் வீடு. நாடகக் கலையில் இருந்து சினிமா வரை நகைச்சுவையுடன் சமுதாயத்தைச் சீரமைக்க நல்ல கருத்துக்களை சொன்னவர்தான் கலைவாணர். நாடகத்தில் சிறப்பாக இவர் நடித்ததை வெகுவாகப் பாராட்டிய சதாவதானி செய்குதம்பி பாவலர், 'எதிர்காலத்தில் சிறந்த கலைவாணன் ஆவாய்னு பாராட்டினாராம்.' குமரிமாவட்ட கலையான வில்லிசையை உலகிற்கு வெளிச்சமிட்டுக் காட்டியவர். பலருக்கு உதவியும் செய்தவர் இந்த கலைவாணர்.

தென்னிந்திய நடிகர் சங்க தலைவராகவும் சினிமா துறைகளில் பல பதவிகளையும் அலங்கரித்த கலைவாணர். பெருந்தலைவர் காமராஜர், பெரியார், அண்ணா, ஜீவானந்தம், எம்.ஜி.ஆர், கலைஞர், போன்றோவர்களின் நல்ல நண்பராகவும் இருந்தவர். பல மேடைகளில் மக்கள் திலகம் எம்.ஜி.ஆர் அவர்களால் புகழப்பட்டவர். காந்தியின் மறைவுக்குப் பிறகு இந்தியாவிலேயே முதன்முதலாக காந்திக்கு நினைவு ஸ்தூபியை எழுப்பியவரும் கலைவாணர் தான். அந்த ஸ்தூபி இப்போது நகராட்சி பூங்காவை அலங்கரிச்சிட்டு இருக்கு'என்று வினோத் சொன்னான்.

நடந்துகொண்டே கல்லூரிச் சாலையை அடைந்து வீட்டிற்கு வந்து சேர்ந்தனர். வீட்டில் வினோத்தின் அம்மாவும் தங்கை வினோதினியும் இருந்தனர்.எல்லோருக்கும் வினோதினியை அறிமுகப்படுத்தி வைத்தான்.கொஞ்சநேரம் பேசிவிட்டு மேல் அறைக்குச் சென்றனர். தாங்கள் எடுத்த போட்டோக்களை பேஸ்புக்கிலும் வாட்ஸ் அப்பிலும் பகிர்ந்து கொண்டனர். மாடியிலிருந்து வானத்தின் அழகை ரசித்துக் கொண்டிருந்தனர். குளிர்ந்த காற்று இரவில் வீசியது. பேசிக்கொண்டிருக்கும்போது வினோத் தனது சேகரிப்பான குமரிமாவட்ட தகவல்களை புரட்டிக் கொண்டிருந்தான். அம்மாவின் குரல் சிறிது நேரத்தில் கேட்க எல்லோரும் சாப்பிட கீழே சென்றார்கள். சாப்பிட்டுவிட்டு மீண்டும் மேலே வந்து உறங்கத் தயாரானார்கள். வினோத் நாளைக்கு நண்பர்களை எங்கு எந்த வழியில் அழைத்து செல்லலாம் என யோசித்துக் கொண்டிருந்தான். யோசித்துக்கொண்டே அவனும் உறங்கி விட்டான்.

● சதாவதானி					● கலைவாணர்

மறுநாள் காலையில் எழுந்து குளித்துவிட்டு சுற்றிப்பார்க்கத் தயாரானார்கள். அம்மா 'சாப்பிட்டுப்விட்டு போங்க' எனக்கூற, சாப்பிட்டுவிட்டு காரில் கிளம்பினார்கள். காரை வினோத் ஓட்டினான். கார் மணிக்கூண்டு சந்திப்பு வந்து கோட்டாறு நோக்கிச் சென்றது. வழியில் மீனாட்சிபுரம் அருகே உள்ள ஜீவா மணிமண்டபம் முன்பு காரை நிறுத்திவிட்டு உள்ளே அழைத்துச் சென்றான்.

இது தோழர் ஜீவானந்தம் மணிமண்டபம். அவர் எளிமையான தலைவர். தமிழகத்தில் மார்க்சிஸ்ட் இயக்கம் வளர காரணமாக இருந்தவர். தாமரை, ஜனசக்தி போன்ற பத்திரிகைகள் மூலமா பொதுவுடைமைக் கருத்துக்களை மக்களிடம் கொண்டு சென்றவர். சென்னை வண்ணாரப்பேட்டை சட்டமன்ற உறுப்பினராகவும் இருந்தவர். சுதந்திரப் போராட்ட வீரர், எம்.ஜி.ஆரால் மிகவும் மதிக்கப்பட்டவர். இந்த அரிய தலைவருக்குப் பெருமை தரும் விதமாக தமிழக அரசு ஏப்ரல் மாதம் பதினெட்டாம் தேதி 1998 ஆம் வருசம் இங்கு மணிமண்டபம் எழுப்பி பெருமை செய்திருக்கு' என்று கூறி ஜீவாவின் திருவுருவச்சிலையும், அவரது வாழ்க்கையை சித்தரிக்கும் புகைப்படங்களையும் காண்பித்தான் வினோத்.

அனைவரும் பார்த்துவிட்டு காரில் கிளம்பினார்கள். அதன்பின் மீனாட்சிபுரம் பேருந்து நிலையத்தையும்

காண்பித்துக் கொண்டே கடந்து அரசு ஆயுர்வேத கல்லூரியையும் காண்பித்துவிட்டு கோட்டாறு புனித சவேரியார் பேராலயத்திற்குக் காரைக் கொண்டு போனான் வினோத்.

காரிலிருந்து இறங்கி கோவிலைச் சுற்றிப் பார்த்தனர்.

'இதுதான் கேட்ட வரம் தரும் கோட்டாறு புனித சவேரியார் பேராலயம். போர்த்துகீசிய நாட்டில் பிறந்தவர் தான் பிரான்சிஸ் சவேரியார். 1542 ஆம் வருசம் மே மாதம் கோவா வந்து அதன்பின் இங்க வந்தார். கோட்டாற்றில் தங்கிய போது பல அற்புதங்களைச் செய்தார். வேணாட்டு மன்னனின் அனுமதியுடன் கடலோர கிராமங்களிலும், உள்நாட்டிலும் கத்தோலிக்க சமயத்தைப் பரப்பியிருக்கிறார். கன்னியாகுமரி மீனவர்கள் மீது சிலர் தாக்குதல் நடத்தியபோது புனித சவேரியார் பெரிதும் உதவிருக்கார். இங்கே சவேரியார் தங்கும்போது புனித மேரி ஆலயம் சென்று ஜெபிப்பது வழக்கம். 1603- ஆம் வருசம் புனித சவேரியார் தங்கி ஜெபித்த இடத்தில் சுவாமி புதுச்சேரியா தலைமையில் ஒரு ஆலயம் அமைச்சாங்க. 1606 ஆம் ஆண்டு இது புனித சவேரியாருக்கு அர்ப்பணிக்கப்பட்டது. புனித சவேரியாரின் பெருந்தொண்டை உலகுக்கு சொல்லிட்டு இருக்கு.

இந்தப் பேராலயத்திற்கு உள்ளேயே புனித அன்னை தேவாலயமும் உண்டு. இந்த ஆலயம் 1698 ஆம் ஆண்டு கற்களால் கட்டப்பட்டது. 1876 ஆம் ஆண்டு ஆலயத்தின் எழில் மிகுந்த மரபீடம் அமைக்கப்பட்டது. அதில் புனித சவேரியாரின் உருவச்சிலை கோவாவிலிருந்து கொண்டு வரப்பட்டு வைக்கப்பட்டது. சிலுவை வடிவில் காட்சித் தருகின்ற இந்த ஆலயம் ரோமன் நாட்டுக் கட்டடக் கலை அமைப்பையும், ஜெர்மன் நாட்டுக் கட்டடக் கலை அமைப்பையும் கொண்டது. இயேசுவின் 12 சீடர்களின் நினைவாக 12 ஊசி கோபுரங்கள் அமைச்சிருக்காங்க. இந்த பேராலய திருவிழாவிற்கு அனைத்து மத மக்களும் கலந்து கொள்வாங்க. இந்தத் திருவிழாவிற்கு எங்க குமரி மாவட்டத்துக்கு உள்ளூர் விடுமுறை' என்று சொல்லிக்கொண்டே பேராலயத்தைச் சுற்றிக் காண்பித்தான். உள்ளே சென்று ஜெபித்துவிட்டு வெளியேறினார்கள்.

● புனித சவேரியார் பேராலயம்

கார் இடலாக்குடி நோக்கிச் சென்று சுதந்திரப் போராட்ட வீரர் சதாவதானி செய்குதம்பி பாவலரின் நினைவிடத்திற்கு முன் நின்றது. கீழே இறங்கி நினைவிடத்திற்குச் சென்றனர்.

'இதுதான் சதாவதானி செய்குதம்பி பாவலரின் நினைவிடம். சதாவதானி செய்குதம்பி பாவலர் தமிழன்னைக்குச் செய்த பணிகள் பல உண்டு. இவர் செய்யுள் ஆக்கத்திலும், பேச்சிலும், எழுத்திலும் வல்லவர். சென்னையில அவர் ஆற்றிய உரைகள், அவதான கலையால் பாவலர் பட்டம் பெற்றவர். அவர் வள்ளலாரின் அருட்பா அருட்பாவே என அறுதியிட்டு சொன்னவர். சம்சுத்தாதீன் கோவை, சீறாப்புராண உரை, திருக்கோட்டாற்றுக் கலம்பகம், திருநாகூர் திரிபந்தாதி, நீதி வெண்பா, கோட்டாறுப் பிள்ளைத்தமிழ், அழகப்ப கோவை, தேவலோக கிரிமினல் கேஸ், சீறா நாடகம், நபிகள் ஜீவிய சரித்திரம், நபிகள் நாயக மான்மிய மஞ்சரி பல புத்தகங்களை எழுதினார். யதார்த்தவாதி, இஸ்லாமிய மித்ரன் இதழ்களையும் நடத்தினார். மிகச்சிறந்த தமிழறிஞரும், புலவருமான சதாவதானி செய்குதம்பி பாவலரின் சதாவதானம் நிகழ்ச்சி, பல பெரிய தமிழறிஞர்களிடையே நடைபெற்று பாராட்டப்பட்டதாகும்.

சதாவதானம் என்பது ஒரே நேரத்தில் பலர் கேட்கும் பல்வேறுபட்ட நுட்பமான கேள்விகளுக்குப் பதில் அளிப்பதாகும். இவருடைய புகழ் என்றுமே அழியாதது.

1907-ஆம் வருசம் சதாவதான நிகழ்ச்சியை நடத்தியதன் மூலமாக அனைவரது பாராட்டையும் பெற்றார். இந்த அறிஞரைப் பெருமைப்படுத்த 1987-ஆம் வருசம் செப்டம்பர் 26-ம் தேதி இந்த நினைவாலயம் திறந்து வைக்கப்பட்டது. குமரிமாவட்ட வரலாற்றில் தவிர்க்கமுடியாத ஆளுமை'என்றான் வினோத்.

சில நிமிடங்கள் அமைதியாக இருந்து விட்டு அங்கிருந்து வெளியேறினர்.

கார் கிளம்பி சுசீந்திரம் நோக்கிப் பயணித்தது. செல்லும்போது இடலாக்குடியை அடுத்த பெரிய குளத்தைக் காட்டி 'இங்க சில வருசத்துக்கு முன்னாடி படகு சவாரி இருந்துச்சு. பல வெளிநாட்டுப் பறவைகளும், உள்நாட்டுப் பறவைகளும் அதிகமாக இங்கே வரும்' என்றான் வினோத்.

குளம் பார்ப்பதற்குப் பெரிய ஏரி போல் காட்சியளித்தது. காரை சுசீந்திரம் தாணுமாலயன் கோவிலின் முன்பாக நிறுத்தினான்.

சுசீந்திரம் தாணுமாலயன் திருக்கோவில் உள்ளே அழைத்துச்சென்றான்.

'இங்கு சிவன், விஷ்ணு, பிரம்மா ஆகிய மும்மூர்த்திகளும் தாணு, மால், அயன் சேர்ந்து பக்தர்களுக்குத் தாணுமாலயனாக அருள்பாலிக்கின்றனர். அதோ, அந்தத் தெப்பக்குளம் நீர் வற்றாமல் இருப்பது கூடுதல் சிறப்பு' என்று தெப்பக்குளத்தையும் காண்பித்தான். கோவிலின் உள்ளே சென்றதும் கல்லெல்லாம் கலையையும், கவிதையையும் பேசியது. செண்பகராமன் மண்டபம், திருக்கல்யாண ஊஞ்சல் மண்டபம், கோடைக்காலத்தில் மும்மூர்த்திகள் இளைப்பாறும் வசந்த மண்டபம், விழாக்காலங்களில் வாகனங்களை அலங்காரப்படுத்தும் அலங்கார மண்டபம், சித்திரசபை எனும் பல தெய்வங்களின் திருவுருவங்கள் நிறைந்த இடம். 12 ராசிகள், 9 கிரகங்களுடன் நவகிரக மண்டபம் என எல்லா கலைநயமிக்க இடங்களையும் காண்பித்தான் வினோத்.

● சுசீந்திரம் தாணுமாலயன் திருக்கோவில்

'இந்தக் கோவிலின் பெருமளவு சொத்தின் ஒருபகுதி வருமானம் திருவிதாங்கூர் படைகளின் செலவிற்கும், புத்தனாறு நிர்மாணத் திட்டத்திற்கும் செலவிடப்பட்டுருக்கு. கௌதமரால் சாபம் பெற்ற இந்திரன் இந்தக் கோவிலில்தான் சாபவிமோசனம் பெற்றான். அதனால் நடுசாமத்தில் இந்திரனால் பூஜை நடக்கிறதாகவும் சொல்வாங்க. இதனாலேயே சாயங்காலம் பூஜை செய்கின்ற பூசாரிகள் மறுநாள் காலையில நடை திறந்து பூஜை செய்ய அனுமதி இல்லை என்கிற வழக்கம். இப்பவும் உண்டு. ஏன்னா உள் பூஜையில் ஏதேனும் மாற்றங்கள் இருந்தால் அது வெளியே தெரியக்கூடாது என்பதற்காக தான்.

உள்ளே கருவறையில் இரண்டரை அடி உயரத்தில் 16 சந்திர கலையுடன் படமெடுத்த பாம்பின் அடியில் லிங்கமாக அருள் தருகிறார் தாணுமாலயன். தாணுமாலய சுவாமிக்கு திருமுழுக்கு செய்யப்படும்போது, புனித நீர் கன்னியாகுமரி கடலிலே சென்று கலக்கிறது என்னும் ஐதீகமும் உண்டு.

சிவன், கன்னியாகுமரி பகவதி அம்மனை மணமுடிக்க நினைத்தார். குமரி பகவதி அம்மன் பாணாசுரன் என்பவனை வதம் பண்ண கன்னி வடிவில் தவம் புரிந்தாள். கன்னியான பகவதியை மணக்க சுசீந்திரம் தாணுமாலயன்(சிவன்) காத்திருந்தார். திருமணம் செய்ய விடிவதற்கு முன்னே கன்னியாகுமரிக்கு வரவேண்டும். சிவன் பரம முனியின் ஆணைப்படி காம்பில்லாத வெற்றிலை, கணு இல்லாத கரும்பு, கண்ணில்லாத தேங்காயோடு கிளம்புவார். திருமணம்

நடந்தால் பாணாசுரனின் வதம் தடைபட்டு விடும் என நினைத்த நாரதர் சேவலாக மாறி வழுக்கம்பாறை என்னும் இடத்திலிருந்து கூவி விடுவார். சிவனும் பொழுது விடிந்துவிட்டது என எண்ணி திரும்பிவிடுவார். இது நாள்தோறும் நடக்குதுன்னும் சொல்றாங்க.

இந்தக் கோவிலின் தலவிருட்சம் கொன்றைமரம். இந்த மரக்கிளையில் தான் மும்மூர்த்திகளான சிவன், பிரம்மா, விஷ்ணு மூவரையும் அனுசுயாதேவி குழந்தையாக மாற்றி தொட்டில் கட்டி தாலாட்டினாள். அனுசுயா அத்திரி முனிவரின் மனைவி. அத்திரி முனிவர் இல்லாத சமயம் மும்மூர்த்திகளும் முனிவர் வேடங்களில் அனுசுயா வீட்டிற்கு வந்தனர். அவர்களிடம் 'சுவாமி தாங்கள் என் வீட்டில் உணவருந்த வேண்டும்' என்றாள். அதற்கு அந்த மும்மூர்த்தி களும் அப்படியானால் நீ உடை இல்லாமல் எங்களுக்கு உணவு பரிமாற வேண்டும் என்றனர். 'சரி சுவாமி வாருங்கள்' என்று அழைத்து உட்கார வைத்தாள். அப்போது அத்திரி முனிவரின் கைகளால் பூஜிக்கப்பட்ட நீரை மூவரின் மேலும் தெளித்தாள். மூவரும் குழந்தைகளாக மாறினர். வெகுநேரமா கியும் மூவரையும் எங்கும் காணவில்லை.

மூவரும் அனுசுயா வீட்டில் இருப்பதாகக் கேள்விப்பட்டு இங்கு வந்த முத்தேவிகள், அனுசுயாகிட்டயும் அத்திரி முனிவர்கிட்டயும் வேண்டி பழைய நிலைமைக்கு மீண்டும் மூவரையும் வரச் செய்தனர். மூவரும் மறையும்போது லிங்கமாக மாறினர் என்று புராண வழியாக சொல்வாங்க' என்று லிங்கங்களையும் காண்பித்தான் வினோத்.

'கருவறையில கேரளா முறைப்படியும். கொன்றையடியில் தமிழக முறைப்படியும் பூஜை நடக்குது. கொன்றையடியின் வடபாகம் தாணுமாலய சுவாமியை நோக்கி நந்தி காட்சியளிக்குது'. வடக்கில் அறம்வளர்த்த அம்மனும் காட்சித் தருவதை ரசித்தனர்.

'மாசிமகத்தன்று தாணுமாலய சுவாமிக்கும், அறம்வளர்த்த அம்மனுக்கும் ஊஞ்சல் மண்டபத்தில் திருக்கல்யாண உற்சவம் நடக்கும்' எனச் சொல்லிக் கொண்டே இந்திர விநாயகர், சாஸ்தா, சுரதேவர், சனீஸ்வரன், ராமபிரான், முருகன் போன்ற தெய்வங்களின் சன்னதிகளையும் காண்பித்தான்.

கோவிலில் 18 அடி உயர நின்ற கோலத்தில் இருக்கும் அனுமன் சிலையைப் பார்த்து வாயடைத்து நின்றனர்.

'இந்தக் கோவிலில் சிவன், விஷ்ணு, பிரம்மா என்று மூன்று தெய்வங்கள் இருப்பதால எல்லா வேண்டுதலும் நிறைவேறும் எனவும், திருமண பாக்கியம், குழந்தை பாக்கியம், நீண்ட ஆயுள், நிறைந்த செல்வம் வேண்டியும், உடல் பலம், மனபலம் வேண்டியும் பக்தர்கள் அதிகமாக வாராங்க. மார்கழி, சித்திரை மாதங்களில் 10 நாள் கோவில் திருவிழா நடைபெறும்' என்றான் வினோத்.

கோயிலைச் சுற்றிப் பார்த்துவிட்டு வெளியே வரும்போது வட இந்திய பயணிகளும் அதிகளவில் வருவதைப் பார்த்தனர். சுவாமியை தரிசித்து விட்டு காரில் ஏறிக் கிளம்பினர். எதிரே பழையாறு ஓடிக்கொண்டிருந்தது. பிரதான சாலையிலிருந்து கோவிலின் வீதியை வினோத் பார்த்தான்.

'உங்களுக்கு ஒன்னு சொல்லியே ஆகணும். இப்போ நாம இந்தக் கோவிலுக்குப் போறோம், வர்றோம். பல சாதி மக்கள், வெளிநாட்டு மக்கள் என எல்லோரும் சமமாக கோவிலில் சாமி தரிசிக்கிறோம். ஆனா 1926 - 1936க்கும் இடைப்பட்ட வருசங்கள்ல தீண்டாமை கொழுந்துவிட்டு எரிஞ்சது. அப்போது உயர் சாதியினர் மட்டும்தான் கோவில் மற்றும் வீதிகளில் போக முடியும் இது சுசீந்திரம் கோவிலிலும் கடைபிடிக்கப்பட்டது. இந்தச் சாதிய பாகுபாடானது குமரன் ஆசான் என்பவரால் திருவிதாங்கூர் அரசவையின் பன்னிரண்டாவது கூட்டத்தில் எடுத்துரைக்கப் பட்டது. மேலும் இந்தச் சாலைகள் மற்றும் கோயிலுக்குப் பக்கத்தில் காணப்படும் ஒடுக்கப்பட்ட பிரிவை சார்ந்தவர்கள் சாலைகளிலும் நுழைய விடாமல் தடுக்கக்கூடிய தடுப்புப் பலகைகள் மற்றும் தேரடி வீதிகளின் பிரதான தெருக்களிலும் வைக்கப்பட்டிருக்கும் மூங்கில் திரைகள் போன்றவையும் திருவிதாங்கூர் அரசவையின் கவனத்திற்குக் கொண்டு செல்லப்பட்டது.

1926 ஜனவரி 19-ஆம் தேதி டாக்டர். நாயுடுவின் வீட்டில் நடந்த சிறப்புக் கூட்டத்தில் சுசீந்திரம் கோவிலுக்குள் நுழைவதற்கான சத்தியாகிரகப் போராட்டத்தைத் துவங்க வேண்டுமெனத் தீர்மானிச்சாங்க. ஒருமாதம் கழித்துப் போராட்டம் தொடங்கிச்சி. இந்தப் போராட்டத்தின்

● குமரன் ஆசான்

● டாக்டர் எம். ஈ. நாயுடு

இரண்டாவது நாள் பெரியார் ஈ.வெ.ராவும் கலந்துக் கொண்டாரு. சுப்பிரமணிய பிள்ளை, டாக்டர். நாயுடுவின் தலைமையில் நடந்த இந்தப் போராட்டம் தீவிரமடைஞ்சுது. காந்தியின் வருகையும் போராட்டத்தை அடுத்த கட்டத்திற்குக் கொண்டு போனது. அப்போது ரிசர்வ் போலீஸ் படைகளும் குவிக்கப்பட்டு இருந்துருக்கு. டாக்டர். நாயுடு, சிவதாணு பிள்ளை போன்றோரும் அதிவேகத்தில் போராட்டத்தை நடத்திருக்காங்க. திருவிதாங்கூர் அரசு சத்தியாகிரகத்தை நிறுத்த மறைமுகமாக சில குறுக்கு வழியைக் கையாண்டு பாத்துருக்கு. சுசீந்திரத்தில் முதல் சத்தியாகிரகத்தில் பங்கு பெற்ற இரவிபுதூரைச் சேர்ந்த காந்திராமன் இந்தச் சத்தியாக்கிரகத்திற்குத் தலைவரா இருந்தாரு. காந்திராமனும் அவரது ஆதரவாளர்களும் பிரச்னைக்குரிய தெருவின் சாலையைக் கடக்க முயன்றபோது கைது செய்யப்பட்டு ஓராண்டு சிறையில் அடைக்கப்பட்டனர்.

உயர்நீதிமன்றம் மனித உரிமையின் பேரில் சுசீந்திரம் கோவில் தெருக்களை எவ்விதமான சாதி, மத, இன பாகுபாடின்றி அனைவருக்கும் திறந்துவிட உத்தரவிட்டது. காந்திராமன் குழுவினர் விடுதலையானதும், ஒரு வாரம் எவ்வித வேறுபாடுமின்றி வலம் வந்துருக்காங்க. மறுபடியும் பிரச்னை கோவில் திருவிழாவில் வெடிச்சிருக்கு. திருவனந்தபுரத்திலிருந்து ரிசர்வ் போலீஸ் வரவழைக்கப்பட்டு போராட்டக்காரர்களை அடித்து விரட்டிருக்காங்க. 1937 ஆம் வருசம் பிப்ரவரி 9ஆம் தேதி தொடங்கின போராட்டத்துக்கான பலன் சுமார் நாலுவருசம் கழிச்சிதான்

கிடைச்சிருக்கு. பல போராட்டங்களுக்குப் பிறகுதான் சுசீந்திரம் கோவிலில் எல்லோரும் சமமாக நுழைய முடிந்து சுவாமியை தரிசிக்க முடிந்தது.

இந்த நேரம் கண்டிப்பாக நான் டாக்டர். எம்.இ. நாயுடு அவர்களைப் பற்றிச் சொல்லியே ஆகணும். நாயுடு அவர்கள் மிகவும் வசதியானக் குடும்பத்தைச் சேர்ந்தவர். எல்.ஆர். சி.எப் மருத்துவர், இடலாக்குடியைச் சேர்ந்தவர். ஒத்துழையாமை இயக்கம், வேதாரண்யம் உப்பு சத்தியாகிரகம், சுசீந்திரம் சத்தியாகிரகம், வைக்கம் சத்தியாகிரகம், சட்டமறுப்பு இயக்கம், காதி மற்றும் அரிஜன் இயக்கங்களிலும் தீவிரமாகத் தன்னை ஈடுபடுத்தியவர். வேலூர் மற்றும் கடலூர் சிறைகளில் ஒரு வருடம் போராட்டத்தில் ஈடுபட்டதற்காக அடைக்கப்பட்டவர். டாக்டர்.நாயுடு அவர்கள் ஆரம்பப்பள்ளிகள், இரவுப் பாடசாலைகள், நூலகங்கள் இளைஞர் இயக்கங்களை நிறுவி ஒடுக்கப்பட்ட மக்களின் முன்னேற்றத்திற்காகவும் உழைத்தாரு' என்றான் வினோத்.

கார் கிளம்பி பழையாற்றின் குறுக்கேபாலத்தைக் கடந்து திரும்பியது.

'இந்தப் பாலம் 1934 ஆம் வருசம் அடிக்கல் நாட்டப்பட்டு சுமார் ஒரு வருடத்தில் கட்டி முடிக்கப்பட்டது. குமரி மாவட்டத்திற்கு மின்சாரம் வரும் வரை இந்தப் பாலத்தில் தீபம் ஏற்ற தூண்களும் அமைச்சிருக்காங்க' என்று கூறிக்கொண்டே திருவிதாங்கூர் சமஸ்தான சின்னமான இரண்டு யானைகளின் நடுவில் சங்கு அமைந்திருப்பதைக் காண்பித்தான்.

கார் பாலத்தைக் கடந்து மருங்கூர் சாலையில் சென்றது. நாஞ்சில் நாட்டுக்கே உரிய வயல்வெளிகளின் வாசம் வீசியது. சாலையின் இருபுறமும் பச்சைப் பசேல் என்று இருந்த வயல்வெளிகளை ரசித்துக் கொண்டே சென்றனர்.

'இங்கிருந்துதான் திருவிதாங்கூர் சமஸ்தானத்திற்கே சாப்பாட்டிற்கான நெல் கொண்டுசெல்லப்பட்டது' என்றான் வினோத்.

பேசிக்கொண்டே மருங்கூருக்குச் சென்றனர். கார் மருங்கூர் வேப்பமூடு சந்திப்பு தாண்டிச் சென்றது. மருங்கூர்

முருகன் கோவிலுக்குக் காரை ஓட்டினான். கார் கோவிலின் முன்பு நின்றது.

90 அடி உயரமுள்ள மலையில் அமைந்துள்ள சுப்பிரமணிய சுவாமி கோவிலுக்குப் படியேறினர். மலைமேல் நின்று பார்த்தனர். தெற்கே ஊரும், வடக்கே, மேற்கே, கிழக்கே என்று பார்க்கும்போது கண்ணுக்கெட்டிய தூரம்வரை பச்சை பசேலென்ற வயல்வெளிகள், உயர்ந்த தென்னை மரங்கள், பரந்த நீர்நிலைகள் என ரம்மியமாகக் காட்சி அளித்தது.

'இந்தக் கோவிலுக்குப் பல வரலாறுகள் இருக்கு. இந்திரன் கௌதமரிடம் சாபத்திலிருந்து விமோசனம் பெற சுசீந்திரம் வந்தபோது இந்திரன் குதிரையை அனுப்பினாராம். இந்திரனின் குதிரையான உச்சசிரவம் வணங்கிய தலம் ஆதலால் இது வாஜிபுரம் எனவும் அழைக்கப்பட்டிருக்கு.

இந்தக் கோவில்ல கந்தசஷ்டி, திருக்கல்யாணம், மார்கழி திருவாதிரை, தைப்பூசம் நான்கு விழாக்களும் கோலாகலமாக நடக்குது. பிரசித்திப் பெற்ற சூரனை வதம் செய்யும் நிகழ்ச்சியும் வெகு விமர்சையாக நடக்குது' என்று கூறினான் வினோத்.

● திற்பரப்பு அருவி

மூலவருக்கு தேனும், தினைமாவும் நைவேத்தியமும் படைக்கப்பட்டிருப்பதையும் கண்டார்கள். நன்கு சுற்றிப் பார்த்து விட்டு புகைப்படம் எடுத்துக் கொண்டனர். அவனைப் பின்தொடர்ந்து வரிசையாக இறங்கி, காரில் ஏறினர். கார் மருங்கூரிலிருந்து மயிலாடி நோக்கிச் சென்றது. மயிலாடியை நெருங்கியது.

'மயில்கள் கூட்டம் கூட்டமாக இந்த ஊரில இருந்துருக்கு. அதனால் இந்த ஊருக்கு மயிலாடின்னு பெயர் வந்துருக்கு. நாம இப்போ பார்த்துட்டு வந்தோமே முருகன் கோவில் அந்த முருகனுக்கு ஆராட்டு விழா மயிலாடியில் வெகு விமர்சையாகக் கொண்டாடப்படும். எப்படி தமிழுக்கும் உலகத்துக்கும் தொடர்பு இருக்கிறதோ, அதுபோல மயிலாடிக்கும், உலகிற்கும் நெருங்கிய தொடர்புண்டு' எனக் கூறிக்கொண்டே காரை ரிங்கிள்டோபி வேதமாணிக்கம் தேவாலயத்திற்கு முன்னே ஒதுக்கினான் வினோத்.

'இதுதான் தென்திருவிதாங்கூரின் முதல் சீர்திருத்த கிறிஸ்தவ தேவாலயம். கி.பி 1770ஆம் வருசம் ஜெர்மனியில் பிறந்த ரிங்கிள்டோபி மிஷனரி இங்கு கிறிஸ்துவ மதத்தைப் பரப்பினாரு. அதற்கு தென்திருவிதாங்கூரின் முதல் கிறிஸ்தவரான வேதமாணிக்கம் என்பவர் உதவினாரு. முதலில் ரிங்கிள்டோபிக்கு பல தடைகள் இருந்தது. அப்ப ஆலயம்

அமைக்க இடமும் அனுமதியும் கிடைக்கல. அதனால வேதமாணிக்கம் தனது சொந்த நிலத்தில் ஆலயத்தை எழுப்பினாரு. அதுதான் இந்த ஆலயம்' எனச் சொல்லிக் கொண்டே உள்ளே அழைத்துச் சென்றான் வினோத்.

'இது நாம் பார்த்தோமே, நாகர்கோவில் கற்கோவில் என்கிற கஸ்பா சபையை விட பழமையான தேவாலயம். இன்னொரு விசேஷம் என்னன்னா ஜெர்மனியில இருந்து மருத்துவர்கள் இப்போதும் மயிலாடில இலவசமாக ஏழை மக்களுக்கு மருத்துவம் செய்றாங்க' என்றான் வினோத்.

அங்கு 'டிக்டிக், டொக்டொக்' என சத்தம் கேட்டுக் கொண்டிருந்தது. திரும்பிப் பார்த்தால் சிற்பிகள் சிலை வடித்துக் கொண்டிருந்தனர். அருகில் சென்று பார்த்தனர். முருகர், விநாயகர், சுடலைமாடன், அம்மன், காமராஜர், காந்தி,வ.உ.சி போன்ற சிலைகளை வடித்துக்கொண்டிருந்தனர்.

'இதுதான் உலகப் புகழ்மிக்க மயிலாடி கற்சிற்பங்கள். இங்கிருந்து தான் உலகின் பல நாடுகளுக்கு ஏற்றுமதியாகிட்டு இருக்கு. சாமி சிலைகள் செய்யும்போது அதற்கென விரதமிருந்து செய்வாங்க. இங்கு செய்யப்பட்ட சுவாமி சிலைகள் தான், தமிழகத்தின் பல கோவில்கள்ல இருக்கு. அதுமட்டுமல்ல புகழ்பெற்ற எலும்பு முறிவு வைத்திய சாலைகளும் இருக்கு' எனக் காண்பித்தான் வினோத்.

காரில் ஏறினர். காரை வழுக்கம்பாறை நோக்கி ஓட்டினான். வழுக்கம்பாறை சந்திப்புக்குச் சென்று இடதுபுறமாகக் காரைத் திருப்பினான். திருப்பும்போது எதிர்பாராத அதிர்ச்சி.

'அங்க பாருடா யாரு நிக்காருன்'னு என்று பஸ் ஸ்டாப்பைக் காட்டினான் வினோத்.

பஸ் ஸ்டாப்பில் வேட்டி சட்டையோடு கண் கண்ணாடி அணிந்து கொஞ்சம் நரை முடியுடன் ஒரு பெரியவர் பஸ்சுக்காகக் காத்திருந்தார்.

'யாருடா அவர்' என்று செல்வன் கேட்டான்.

'அவரைத் தெரியலையா. அவருதான்டா எழுத்தாளர் பொன்னீலன்' என சந்தோஷத்தில் பெனிட் சொன்னான்.

'மச்சான் காரை நிறுத்து' என்று கூறிவிட்டு எழுத்தாளர் பொன்னீலன் அவர்களை நோக்கி வேகமாகக் காரிலிருந்து இறங்கி ஓடினான் பெனிட். அவனை அனைவரும் பின் தொடர்ந்தனர்.

'சார், என் பேரு பெனிட். நான் சென்னை. உங்க வாசகன் நான். உங்க படைப்புகள்லாம் படிச்சிருக்கேன். உங்கள பார்த்ததுல ரொம்ப சந்தோஷம் சார்' என்று மூச்சு விடாமல் பேசிக் கொண்டே இருந்தான் பெனிட்.

அமைதியாக தனக்கே உரிய சிரிப்போடு கைகொடுத்துக் குலுக்கினார் எழுத்தாளர் பொன்னீலன்.

'இங்க எப்படி? சுற்றுலா வந்தீங்களா?' என்று பொன்னீலன் என்று கேட்டார்.

'இல்ல சார். பிரெண்ட் சிஸ்டர் மேரேஜ்க்கு வந்தோம் சார்' என தன் நண்பர்களையும் அறிமுகப்படுத்தினான்.

'சார் உங்கள் எழுத்துக்கள் போலவே ரொம்ப எளிமையாக இருக்கீங்க சார்' என்று உணர்ச்சி வசத்தோடு கூறினான் வினோத்.

அதற்குப் பதில் வரவில்லை. பதிலாக அவரிடமிருந்து சிரிப்புதான் வந்தது.

'சார் எங்க போகணும் வாங்க கார்ல போகலாம்' என்று வினோத் அழைத்தான்.

‘இல்லை. நான் பொற்றையடி போகிறேன். இப்போ பஸ் வந்துடும்’ என்று பொன்னீலன் சொன்னார்.

‘சார் நாங்க மருத்துவாழ் மலைக்குத் தான் போறோம். வாங்க போகலாம்’ என்று அன்போடு அழைத்தான் வினோத்.

பொன்னீலன் முன் இருக்கையில் ஏறி அமர்ந்தார். கார் கிளம்பியது. தான் யாரை வெகுநாட்களாகக் காண வேண்டும் என ஆசைப்பட்டானோ அவரைக் கண்ட சந்தோசத்தில் பெனிட் மிதந்தான். கூடவே பொன்னீலன் அவர்கள் கைகுலுக்கியதால் பெனிட்டின் உடம்பு பூரித்துப் போனது. வாயிலிருந்து வார்த்தைகள் தட்டுத்தடுமாறி வரத் தொடங்கின.

‘சார், நான் உங்களை இங்க பார்ப்பேனு நினைச்சுக் கூட பாக்கல. உங்களோட குறுநாவல், நாவல், கவிதை, சிறுகதை, வாழ்க்கை வரலாறு, ஆய்வுக்கட்டுரைகள் எல்லாவற்றையுமே நான் படிச்சிருக்கேன். ஊற்றில் மலர்ந்தது, கரிசல், மறுபக்கம், புதிய தரிசனங்கள், ஜீவா என்ற மானுடன், குன்றக்குடி அடிகளாரின் வாழ்க்கை வரலாறு, புல்லின் குழந்தைகள், புவி எங்கும் சாந்தி நிலவுக, அப்புறம் தற்கால தமிழ் இலக்கியமும் திராவிட இயக்க சித்தாதங்களும் போன்ற எல்லா புத்தகங்களையும் படிச்சிருக்கேன் சார்’ என்று மகிழ்ச்சியில் கூறினான் பெனிட்.

‘சார் நானும் ஒரு நாவல் எழுதுறேன் சார்’ என்றான்.

‘நல்லது வாழ்த்துகள். நல்லா எழுதுங்க. இப்போ புதுசு புதுசா இளம் எழுத்தாளர்கள் நிறையவே வாராங்க. அவர்களுடைய எழுத்தும் அழகாகவே இருக்குது. அவர்களின் சிந்தனைகளும் புதிதாகவும் வித்தியாசமாகவும் இருக்குது. இது தமிழுக்குக் கிடைத்த பெருமை. நான் எழுதும்போது எனது முதல் நாவலுக்கெல்லாம் பல வருசம் ஆச்சு. இரண்டாவது நாவலுக்கும் அப்படித்தான். நமக்கென்று ஒரு அடையாளம் வேண்டும். அதுதான் நம்மை எழுத்துலகில் நிலைநிறுத்தும். மனதுக்கு என்ன தோன்றுகிறதோ அதை அப்படியே எழுதிவிட வேண்டும். நாவலாக இருக்கட்டும், சிறுகதை, கவிதைகளாக இருக்கட்டும். அது வாசகர்களிடமிருந்து நல்ல வரவேற்பைப் பெற்றால் பல பதிப்பகங்கள் நம்மைத் தேடி

பொன்னீலன்

வரும். நிறைய இலக்கியங்கள், நாவல்கள், பல எழுத்தாளர்களின் புத்தகங்கள் என்று எல்லாவற்றையும் படிக்க வேண்டும். ஒரு நாவலை சுமார் இத்தனை நாட்களுக்குள் முடிக்க வேண்டும் என நினைக்க கூடாது. எழுதிக் கொண்டே இருக்க வேண்டும். அப்போதுநம் எண்ணங்கள் சிறகடிக்கும் புதிய வார்த்தைகள் கோர்வையாகும். நாவல்களின் பக்கங்களும் அதிகமாகும். ஒரு நாவலை எழுதிக் கொள்ள குறைந்தபட்சம் இரண்டு ஆண்டுகள் கூட ஆகலாம். அதனை வடிவமைக்க ஒரு ஆண்டு ஆகலாம். நாவலை எழுதி வைத்துவிட்டு சுமார் ஒன்று அல்லது இரண்டு மாதங்கள் கழித்து, இது என்ன புது நாவலா இருக்கு எனப் பிரித்துப் படித்தால் அதனுடைய உண்மையான தன்மை தெரியும். பிறகு நண்பர்களிடமோ வேறு யாரிடமோ கொடுத்து படித்துப் பார்க்கச் சொல்லவேண்டும். அவர்களின் பதிலைப் பொறுத்துதான் வாசகர்களின் மன எண்ணமும் இருக்கலாம். ஒரு விஷயத்தைச் சொல்லும்போது அதனை நன்றாக வாசகர்களுக்குப் புரியும்படி எழுத வேண்டும். சிறந்த நாவல்கள், கதைகள், கட்டுரைகள் எழுதுவதன் மூலம் நமது பெயரும் பூமியில் நிலைத்திருக்கும்' என்று கூறிக்கொண்டே தனது தோள் பைக்குள் கையை விட்டு ஒரு புத்தகத்தை எடுத்து தம்பி உங்க பெயரைச் சொல்லுங்க' என்று பொன்னீலன் கேட்டார்.

'சார் இரா.பெனிட்' என்றான்.

அந்தப் புத்தகத்தில் இரா.பெனிட்டை சந்தித்தபோது அன்புடன் பொன்னீலன் என்று கையெழுத்திட்டு பெனிட்டிடம் கொடுத்தார் பொன்னீலன். தனக்கு ஒரு பொக்கிஷம் கிடைத்ததுபோல் அந்தப் புத்தகத்தை வாங்கி கையில் வைத்து பார்த்தான். அந்தப் புத்தகம் பொன்னீலன் அவர்கள் எழுதிய தொ.மு.சி ரகுநாதன் (ரகுநாதன் என்னும் இலக்கிய ஆளுமை). எழுத்தாளர் பொன்னீலன் அவர்களின் கையால் நாவல் எழுதாமலே விருது கிடைத்த சந்தோஷத்தை அடைந்தான் பெனிட்.

'சார் நானே உங்ககிட்ட ஆட்டோகிராப் வாங்கணும்ன்னு நினைச்சேன். ஆனா நான் எதிர்பார்க்காமலே நீங்களே நீங்கள் எழுதிய புத்தகத்தில கையெழுத்திட்டு என்னை அதிர்ச்சியில் உறைய வைச்சிட்டிங்க' என்று மகிழ்ச்சியோடு பெனிட் சொன்னான்.

'நல்லது. நன்றாக எழுதுப்போ. பல விருதுகளை பெற எனது வாழ்த்தும் ஆசீர்வாதமும் உனக்கு உண்டு' என்று பொன்னீலன் வாழ்த்தினார்.

கார் பொற்றையடியை நெருங்கிக் கொண்டிருக்கும்போது,

'தம்பி அந்தப் பஸ் ஸ்டாப்ல நிறுத்துங்க' என பொன்னீலன் சொன்னார்.

காரை நிறுத்தினான் வினோத். பொன்னீலன் இறங்கினார். கூடவே எல்லோரும் இறங்கினர்.

'தம்பி நான் போயிட்டு வர்றேன். நீங்க பார்த்து மெதுவா போயி நல்லா சுத்திப்பாருங்க' என்று கூறிக்கொண்டே மீண்டும் எல்லோரிடமும் கைகுலுக்கினார்.

'சார் நீங்க ஒரு நூலகம் போல, அதுல நாங்கள் இன்றைக்கு நிறைய நாவல் படித்த மாதிரி இருக்கு' என்று கூறிக்கொண்டே பிரியாவிடை பெற்றனர்.

கார் மருந்துவாழ்மலை அடிவாரத்திற்குச் சென்றது. காரிலிருந்து இறங்கி மருந்துவாழ்மலையைப் பார்த்தனர்.

'என்ன இந்த மலை ஒரு ஆயிரம் அடி இருக்குமா?' எனக் கேட்டான் செல்வன்.

'இல்ல. 1800 அடி உயரமும், 625 ஏக்கர் பரப்பும் கொண்டது. இந்த மலைக்கு பல வரலாறும் உண்டு' எனச் சொல்லத் தொடங்கிய படியே மலையில் ஏறத் தொடங்கினான் வினோத்.

'நாம இப்போ ஏறிப் போற இந்தப் படிகள் திருவிதாங்கூர் மன்னர் இந்த மலைக்கு மேல் உள்ள இந்தக் கோவிலுக்கு வந்தபோது அமைக்கப்பட்டது. பல வகையான மூலிகைகள், மருந்து செடிகள் என அதிகமாகக் காணப்படுவதால தான் மருந்துவாழ்மலை என்னும் பெயர் கூட வந்தது. இந்த மலைக்கு அகத்திய முனிவர், அத்திரி முனிவர், பரமார்த்த லிங்கேஸ்வரர், தேவேந்திரன், அய்யா வைகுண்டர், நாராயணகுரு வரை புனிதத்தவம் பண்ணுன பெருமை உண்டுன்னு சொல்லுவாங்க.

இந்த மலையைப் பற்றி ஒரு புராணக் கதையும் சொல்லுறாங்க. முன்னொரு காலத்துல அயோத்தியை ஆண்ட தசரத மன்னனின் புதல்வனான ராமனுக்கும், இலங்கை மன்னனான ராவணனுக்கும் இடையே போர் நடந்துக் கொண்டிருந்த போது, அதில் ஏராளமான போர்வீரர்கள் இறந்துவிட்டனர். ராவணனின் மகனான மேகநாதன் தன்னுடைய பாணமான பிரம்மாஸ்திரத்தை எதிரிகள் மீது ஏவ, அங்கிருந்த லட்சுமணனும், படை வீரர்கள் மூர்ச்சையற்றுக் கீழே விழுந்தக் கண்டு கலக்கமுற்றான் ராமன்.

சஞ்சீவி மலையில் இருந்து சில மூலிகைகளைக் கொண்டு வந்தால் மட்டுமே அவங்கள உயிர்பிழைக்க வைக்க முடியும். அப்படி அந்த மூலிகைகளைக் கொண்டுவர அனுமனால் மட்டுமே முடியும்னு சொல்ல அனுமன், ராமனை வணங்கி, சஞ்சீவி மலையை நோக்கிப் போயிருக்காரு. போன வேகத்துல மூலிகை பெயர் மறந்து போனதுனால அங்கிருந்து மலையை அப்படியே அடியோடு பெயர்த்துக் கொண்டு வந்துருக்காரு. மூலிகைகளின் வாசம் பட்டதுமே லட்சுமணனும் படைவீரர்கள் மூர்ச்சை நீங்கித் தெளிவானார்கள். பின்பு மலையை எடுத்த இடத்திலே மறுபடியும் வைக்க அனுமன் மலையைக் கொண்டு

போயிருக்காரு. அப்படி கொண்டு செல்லும்போது மலையில் இருந்து ஒரு சின்ன துண்டு உடைந்து கீழே விழுந்திருக்கு. அந்த மலைதான் நாம ஏறிக்கிட்டு இருக்கிற மருந்துவாழ் மலைன்னு சொல்லுவாங்க.

இந்த மலையில பிரணவ சஞ்சீவி, அமிர்த சஞ்சீவி, ஜீவ சஞ்சீவி போன்ற ஏராளமான உயிர் காக்கும் மூலிகைகளும் உண்டு. வேறு எங்கும் கிடைக்காத அபூர்வ மூலிகைகளும் இந்த மலையில் உண்டு' என்றான் வினோத்.

'ஆமா. இந்த மலையிலிருந்து வீசுற காற்றை சுவாசிச்சதும் உடம்புல ஒரு புது சக்தி வருது' என்றான் சுதன்.

பிள்ளைத்தடம் பகுதிக்குள் அனைவரையும் அழைத்துச் சென்றான் வினோத். அங்கு பரவசநிலையை அடைந்தனர். மெதுவாக அனைவரும் கீழே இறங்கத் தொடங்கினர்.

கார் கன்னியாகுமரி சாலையில் பயணித்து. பழத்தோட்டத்தை நெருங்கி கொண்டிருந்தது.

'இதுதான் அரசு பழத்தோட்டம். இங்கு நூற்றுக்கும் மேல மா, பலா, மாதுளை, சப்போட்டான்னு பலவகை மரங்களும், செடிகளும் இருக்கு. இங்க பல மாம்பழங்களுக்கு முஸ்லிம் பேரு இருக்கும். இது கர்நாடக நவாப் ஆட்சி இங்க இருக்கும்போது இந்தப் பேரு வந்துருக்கலாம்ன்னு நிறைய

பேர் செவிவழிச் செய்தியாகச் சொல்லுவாங்க' என்று கூறிக்கொண்டே விவேகானந்த புரத்திலிருந்து இடதுபுறமாகக் காரைத் திருப்பி வட்டக்கோட்டையை நோக்கிக் காரை ஓட்டினான் வினோத்.

எதிரே வந்த லாரியில் மீன் வாசமடித்தது.

'என்ன மீன் வாசமாயிருக்கு' என செல்வன் கேட்டான்.

'இங்க பக்கத்துல சின்னமுட்டமுன்னு ஒரு மீன்பிடி படகுத் துறைமுகம் இருக்கு. அங்க சுமார் 2000த்துக்கும் மேற்பட்ட படகுகள் உண்டு. அங்கிருந்து மீன் பல ஊருகளுக்கும், வெளிநாடுகளுக்கும் போயிட்டுருக்கு. இப்போ போன லாரியிலயும் மீன்தான் போகுது' என்று சொல்லிக் கொண்டே காரை ஓட்டினான் வினோத்.

மரங்களின் காற்றும், கடல் காற்றும் சேர்ந்து இதமான காற்று வருடியது. கார் வட்டக்கோட்டைக்கு அருகில் நெருங்கியது. சுற்றிலும் தென்னந்தோப்புகள் நிறைந்திருந்தது. 29 அடி உயரத்தில் மூன்றரை ஏக்கர் பரப்பை உள்ளடக்கியதாக இருந்தது. காரை நிறுத்திவிட்டு கோட்டைக்குள் நுழைந்தனர்.

'என்ன வட்டக்கோட்டைன்னு சொன்ன? வட்டம் மட்டும் தான் இருக்கு. ஆனா அரண்மனையை காணவில்லையே?' என்று பெனிட் கேட்டான்.

'இங்க அரண்மனை எல்லாம் கிடையாது. இது படைத்தளமாக மன்னர் காலத்துல இருந்துருக்கு. இந்த உட்பகுதியில் காணப்படுற கொத்தளத்தின் உயரம் 3 அடியிலிருந்து 6 அடி வரை இருக்கும். கோட்டையின் மேல் பகுதியிலிருந்து துப்பாக்கியாலும், பீரங்கியாலும் சுடுவதற்கு இடைவெளிகள் இருக்கு. அதோ அங்க பாருங்க' என்று கோட்டைச் சுவரைக் காட்டினான் வினோத்.

'ஆமா இது என்ன சாய்வுதளம் போல இருக்குது ?' என்று ஜெபா கேட்டான்.

'இது பீரங்கிகளை மேலே கொண்டு செல்ல வசதியாக அமைச்சிருக்காங்க. போரில் தோற்கடிக்கப்பட்ட டச்சுத் தளபதி டிலெனாய் இந்தப் பழமையான கோட்டையை முற்றிலும் புதுப்பித்து வலிமை மிக்க பேரரணாக மாற்றிருக்காரு. அன்னிய நாட்டுப் படைகள் இங்கு கடல்வழியாகப் படையெடுத்து வரக்கூடாதுன்னு. இப்படி

வசதிகள் பல செய்து மாற்றியிருக்காரு. இதோ இந்தச் சிறிய மண்டபங்களை பாண்டிய மன்னர்கள் அமைச்சிருக்காங்க. இந்த மேல் கூரையில தெரிகிற மீன் சின்னம் பாண்டியரோடது. இந்தக் கோட்டைக்கு அடுத்துள்ள லீபுரம் எனும் ஊர்ல ஒரு சிறிய துறைமுகமும் இருந்துருக்கு. இதுக்கு அங்க இருக்கக்கூடிய கலங்கரை விளக்கமும் கடலில் மூழ்கியிருக்கும் ஜெர்மனி கப்பலும் சாட்சியாய் இருக்கு' என்றான் வினோத்.

வட்டக்கோட்டையில் ஒருபுறம் கடலும், ஒருபுறம் அகழியும், கோட்டையில் வந்து மோதும் அலைகளும், தென்னை மரக்காற்றும், கடல் காற்றும் மனதைக் கொள்ளையடித்தது.

'ஏய் அதோ தெரியுறது என்னது?' என்று செல்வன் கேட்டான்.

'அதுவா? அதுதான் கூடங்குளம் அணுமின் நிலையம்' என்று சொல்லிக் கொண்டே சுற்றிக் காண்பித்தான் வினோத்.

பார்த்ததை எல்லாம் படம்பிடித்துக் கொண்டிருந்தான் சுதன். ஆங்காங்கே குடும்பமாகவும், காதலர்களாகவும் கோட்டையின் அழகை ரசித்துக் கொண்டிருந்தனர். கோட்டைக்கு வெளியே வந்து காரில் ஏறிக் கன்னியா குமரிக்குப் பயணமானார்கள். கார் விவேகானந்தபுரத்தை நெருங்குகையில் சுங்கச்சாவடிக்குப் பணத்தைக் கொடுத்து ரசீதைப் பெற்றுக் கொண்டனர். காரை கன்னியாகுமரி ரயில் நிலையத்திற்குத் திருப்பினான் வினோத்.

● வட்டக்கோட்டை

'என்னப்பா! இங்க என்ன ரயில் தானே இருக்கும். வேறென்ன இருக்கும்?' என்று கேட்டான் செல்வன்.

'வாங்க சொல்றேன்' என்று காரிலிருந்து ரயில் நிலையத்திற்குள் அழைத்துச் சென்றான் வினோத்.

'இதுதான் இந்தியாவின் கடைக்கோடி ரயில் நிலையம். இப்ப தான் ரொம்ப அமைதியாயிருக்கு. முன்னாடி வரும்போது இங்க நிறைய வெள்ளைக்காரங்க இருப்பாங்க. இல்லனா வட இந்தியாகாரங்க இருப்பாங்க. சபரிமலை நேரத்துல பக்தர்கள் இருப்பாங்க. ஆனா இப்போ, எல்லாரும் வருறதும் ரொம்பவே குறைஞ்சிப் போச்சு. தினசரி உள்ள ரயில் வரும் போகும்' என்று வருத்தம் நிறைந்த குரலில் சொன்னான் வினோத்.

இந்தியாவின் கடைக்கோடி ரயில் நிலையத்தில் அனைவரும் சேர்ந்து நின்று படமெடுத்துக் கொண்டனர். வெளியே வந்து குகநாதேஸ்வரர் கோவிலுக்குச் சென்றனர். மரங்களும், செடிகொடிகளும் அடர்ந்து ரம்மியமாகக் காட்சி அளித்தது.

'பிற்கால சோழர்கள் ஆட்சியில இந்தக் கோவில் கட்டப்பட்டிருக்கு. கருவறை குகைபோல இருப்பதாலும் சுருங்கிய பிரகாரம் உடையதாலும் குகைக்குள் இருக்கும் ஈஸ்வரன் குகநாதேஸ்வரன் என்று இந்தக் கோவிலை அழைக்கிறாங்க. புரட்டாசி திருவாதிரை நாளில 1008 சங்கு அபிஷேகம் நடக்குது. சுமார் 30 ஆண்டுகளுக்கு முன்புவரை

● காமராஜர் மணி மண்டபம்

பாழடைந்து இருந்த இந்தக் கோவில் இப்போ பொலிவோடு காட்சி தருது' என்று சொல்லிக் கொண்டே கோவிலைச் சுற்றிக் காண்பித்தான் வினோத்.

அப்போது 'ஹிங்ங்' என்று ரயில் ஒலியெழுப்பிய சத்தம் கேட்டது.

'மணி 5.15 ஆகிடுச்சி. கன்னியாகுமரி - சென்னை ரயில் வந்திருச்சி. சரி வாங்க இனி கோவளத்துல சூரியன் மறையுறத பாக்கப் போகலாம்' என்று நண்பர்களை காரில் அழைத்துக் கொண்டு கிளம்பினான் வினோத்.

கார் கன்னியாகுமரியைத் தாண்டி கோவளம் சாலையில் பயணித்தது.

'அங்க பாரு திருவள்ளுவர் சிலை தெரியுது' என்று நண்பர்களுக்குக் காட்டினான் சுதன்.

கார் கோவளம் சூரியன் மறைகிற இடத்தைப் பார்க்கும் இடத்தில நின்றது. காரிலிருந்து இறங்கி சுற்றிப் பார்த்தனர். சூரியன் கொஞ்சம் கொஞ்சமாக இறங்கி வரத் தொடங்கியது. வானின் நிறமும் மாறியது. அங்கு நின்றவாரே கடலையும் சுற்றிப் பார்த்தனர். மேற்கு திசையிலிருந்த தென்னை மரக்கூட்டங்களை கண்டு ரசித்தனர்.

'எனக்கொரு சந்தேகம் சூரியன் மறையுதா? இல்ல பூமிதான் சூரியனைச் சுற்றி வருதா' என்று செல்வன் கேட்டான்.

● குகநாதேஸ்வரர் கோவில்

'பூமிதான் சுற்றி வருது நாமதான் சூரியன் மறையுதுன்'னு சொல்லிட்டு வர்றோம் என்று பெனிட் சொன்னான்.

சூரியன் தன்னை சாந்தப்படுத்திக் கொண்டு கொஞ்சம் கொஞ்சமாக மறையத் தொடங்கியது. அதை சுதன் படம் பிடித்துக் கொண்டிருந்தான்.

'அடடா! சூப்பரா இருக்குல. இனி இந்தக் காட்சிய எப்போ பாக்கப் போறோமோ தெரியலயே' என்றான் ஜெபா.

'அதுக்கென்ன வினோத் கல்யாணத்துக்கு வந்துட்டா போச்சு' என்று சொல்லிவிட்டுச் சிரித்தான் செல்வன்.

கொஞ்ச நேரத்தில் இருள்சூழ கன்னியாகுமரிக்குக் கடற்கரைச் சாலை வழியாகப் பயணமானார்கள். வினோத் மட்டும் காரை ஓட்ட மற்றவர்கள் இறங்கி சாலையில் நடந்து வந்தனர்.

'கடல்காத்து செமையா இருக்கு' என்று 'ஓ' வெனக் கத்தினான் ஜெபா.

காமராஜர் மணிமண்டபம், காந்தி மண்டபத்தைத் தாண்டி காரை விட்டுவிட்டு முக்கடல் சங்கமிக்கும் கடற்கரை நோக்கி நடந்தனர். இரவுநேர ஒளிவிளக்குகள் பளிச்சிட்டன. 'டீ, காபி' என்றும் 'கடலை, கடலை, சூடு கடலை, அவிச்ச கடலை, பொறுச்ச கடலை' என்று வியாபாரிகளின் குரலும் பரவலாகக் கேட்டுக்கொண்டே இருந்தது. நேரமாக நேரமாகக் கடற்கரை அமைதியாக மாறத் தொடங்கியது. திருவள்ளுவர் சிலையும், விவேகானந்தர் மண்டபமும்

மின்விளக்கு வெளிச்சத்தில் பிரகாசமாகத் தெரிந்தது. சிறிதுநேரம் கடற்கரையில் விளையாடிக் கொண்டு இரவுநேர திருவள்ளுவர் சிலையைப் படம்பிடித்துக் கொண்டனர்.

'சரி வாங்க சாப்பிட்டுவிட்டு ரூம் எடுத்துத் தங்கலாம்' என்றான் வினோத்.

காரை எடுத்துக்கொண்டு கன்னியாகுமரி காவல் நிலையம் எதிரேயுள்ள லாட்ஜ்க்குப் பக்கத்தில் காரை நிறுத்திவிட்டு உள்ளே சென்று சாப்பிட்டுவிட்டு 2 பெட்ரூம் அறை எடுத்துத் தங்கினார்கள்.

'அதிகாலையிலசீக்கிரம் எழும்பணும் அதனால சீக்கிரம் உறங்குங்க சரியா. அப்போதான் சூரியன் உதிக்கிறத பாக்க முடியும்' என்று வினோத் சொன்னான்.

கொஞ்ச நேரம் அனைவரும் பேசிவிட்டு உறங்கி விட்டனர். அதிகாலை நான்குமணிக்கு அலாரம் ஒலிக்க எழுந்து குளித்துவிட்டு கடற்கரை நோக்கி நடந்தார்கள். ஓயாமல் எழுந்து கொண்டிருந்த கடல் அலைகளை முத்தமிட்டு கரைவந்து சேர்ந்த காற்று குளிர்ச்சியை உடலுக்கு வருவித்தது. கடல் அலைகளை ஆச்சரியத்துடன் பார்த்தபடி சூரிய உதயத்திற்காக ஐந்து மணிக்கு குமரி கடற்கரையோரம் மக்கள் காத்துக் கிடந்தனர். திருவள்ளுவர் சிலையும் சற்று மங்கலாகவே தெரிந்தது. சுமார் ஒரு மணி நேரத்தில் வானிலை சற்று மாறியது.

'அதோ! அதோ! சூரியன் உதிக்கிறது' என்று வினோத் கத்தினான்.

பொன்னால் வடித்த குடத்தின் விளிம்பு போல சூரியன் மெதுவாக எட்டிப் பார்த்தது. கொஞ்ச நேரத்தில் சூரியன் முழுவதும் தெரியத் தொடங்க கூட்டமும் கலையத் தொடங்கியது.

'வாங்க டீ, டிபன் சாப்பிட்டுவிட்டு விவேகானந்தர் மண்டபத்தைப் பார்க்கப் போலாம்' என்றான் வினோத்.

'அய்யையோ கடல்லயா? நாங்க வரல' என்று நண்பர்கள் சொன்னார்கள்.

'அதெல்லாம் ஒன்னும் ஆகாது வாங்க' என்றான் வினோத்.

'வேண்டாம் வேண்டாம் இங்கயிருந்தே பார்த்துகுறோம்' என்று சொல்லிக்கொண்டே படம்பிடித்துக் கொண்டிருந்தான் சுதன்.

'சரி வாங்க போகலாம்' என்று பகவதி அம்மன் கோவில் தென்பகுதி நோக்கி நடந்தனர்.

'என்னாச்சி கோவில் கிழக்கு வாசல் நடை அடைச்சிருக்கு?' என பெனிட் கேட்டான்.

'இது பல வருஷங்களுக்கு முன்னால திறந்துதான் இருந்துருக்கு. குமரி பகவதி அம்மன் மூக்கில இருக்கிற மூக்குத்தி ஒளியை கடலில போயிட்டுருந்தவங்க, கலங்கரை விளக்கத்தோட வெளிச்சம்னு நினைச்சு இங்கே வந்துருக்காங்க. ஆனா கன்னியாகுமரி கடல்ல பாறைகள் அதிகமாக இருக்கிறதுனால வந்த கப்பல் பாறையில மோதி உடைஞ்சிப் போயிருக்கு. அதுனால தான் இந்தக் கிழக்கு நடையை அடைச்சி வச்சிருக்காங்க. இப்போ வடக்கு வாசல் வழியாகப் போகலாம்' என்று நண்பர்களை அழைத்துக் கொண்டு சென்றான் வினோத்.

'சார். கிளி ஜோசியம், கிளி ஜோசியம் வாங்க வாங்க' என்றும், 'கைரேகை பாக்கணுமா?' என்றும் 'அம்மா அய்யா தர்மம் பண்ணுங்க' என்றும் குரல்கள் எழுந்து கொண்டிருந்தன. அதைத் தாண்டி போய்க் கொண்டிருக்கும் போது 'வாங்க சார் வாங்க சார் எந்தப் பொருள் எடுத்தாலும் 10 ரூபாய்'. 'வாங்க சார் போட்டோ எடுக்கணுமா?' என்றும் சில குரல்கள் கேட்டுக் கொண்டிருந்தன.

'இங்க செருப்புக்கு டோக்கன் போட்டுட்டு கோயிலுக்குள்ளே போகலாம்' என்றான் வினோத்.

வினோத்தைப் பின்தொடர்ந்து அனைவரும் கோவிலுக்குள் சென்றனர்.

'இந்தக் கோவில் இந்தியாவின் தென்கோடியில் இருக்குது. தனுஷ்கோடி மத்திய சேது, கொடிக்கரை இறுதிசேது, கன்னியாகுமரி ஆதிசேது என்பது மரபு. குமரியம் பெருந்துறை, குமரி பாதம், குரங்கு செய்கடல் எனச் சிலப்பதிகாரமும், குமரி தீர்த்தம் எனப் பெருங்கதையும் குறிப்பிட்டுச் சொல்லுது. இலக்கியங்களிலயும், புராணங்களிலயும் புனித இடமாகக் கருதப்பட்ட கன்னியாகுமரி கல்வெட்டொன்றில் கங்கையிடைக்குமரியிடை எழுநாற்றுக் காதம் செய்தார். செய்த பாவம் கொள்ளுவார் என்று இருக்கிறது.

இந்தக் கோவில் செவ்வக வடிவமுள்ளது. கருவறை, அர்த்தமண்டபம், முகமண்டபம், ஆனந்த மண்டபம், கொலு மண்டபம், சபா மண்டபம், மூன்றுபிரகாரங்கள், செப்புக் கொடிமரம், சுற்றிலும் மதில் பரிவார தெய்வங்களின் சிறுகோவில்கள்னு ரம்மியமாக அமைஞ்சிருக்கு. அதோ! வடக்கே தியாக சுந்தரி, உட்பிரகாரம் தென்மேற்கு மூலையில் விநாயக சூரியன், வடமேற்கு மூலையில் பாலசுந்தரி, மூன்றாம் பிரகாரம் மரத்தடி சாஸ்தா எனப் பரிவார தெய்வங்கள் இருக்கு. இரண்டாம் பரிகாரம் வடமேற்கே கோட்டையம்மன் இருக்கிறாள். மதுரை நாயக்க மகாராணி மங்கம்மா இங்கு வழிபட்டுருக்காங்க. ஒருமுறை முகலாயப் படைவீரன் இந்த

கடலலை தாலாட்டும்
குமரி திருக்கோயில்

அம்மனை எடுத்துட்டு போயிட்டு பிறகு அவனே மனம் மாறி எடுத்த இடத்தில் கொண்டு வைத்து தோஷம் கழிக்க பணமும் கொடுத்துருக்கான். இது வட்டக்கோட்டையில இருந்ததால கோட்டையம்மன் என்கிற பெயரும் வந்துருக்கு.

இந்த இரண்டாம் பிரகாரத்தில் உள்ள கிணறு பாதாள கங்கைன்னு அழைக்கப்படுது. கருவறையிலிருந்து இந்தக் கிணற்றுக்குச் சுரங்க வழியும் உண்டு. மூன்றாம் பிரகாரம் ஆனந்த மண்டபத்தில் யாளிகள், காலபைரவர், கொலு மண்டபத்தில் புராண சிற்பங்கள், சபா மண்டபத்தில் மேல் வரிசையில் சிவபுராண காட்சிகள் இருப்பதைச் சுற்றிக்காட்டி விளக்கிக் கொண்டே இந்தச் செப்புக் கொடிமரம் விஜயநகரப் பேரரசு காலத்துல நிறுவப்பட்டிருக்கு' என்று கொடி மரத்தைக் காட்டினான் வினோத்.

'இந்தக் கோவிலப் பாத்தா ரொம்ப பழமையானதாக இருக்குது' என்றான் சுதன்.

'இங்க நடக்குற விழா சடங்குகளும் பழமையானது தான். கன்னியாகுமரி ஆரம்ப காலத்திலேயே புனித நீராடும் இடமாக இருந்ததால, கோவில் விழாக்களும், சடங்குகளும் புனித தன்மையுடனே இணைக்கப்பட்டிருக்கு. கோவில்ல வைகாசி மாதம் 10 நாட்கள் திருவிழா நடக்கும். பத்தாம் விழா விசாக நட்சத்திரத்தில் முடிய வேண்டும் என்பது நியதி. பத்தாம் நாளில் ஆராட்டு விழாவும் நடக்கும். இது இங்கருந்து சற்றுத் தொலைவிலுள்ள மகாதானபுரத்தில் நடக்கும். புரட்டாசி, நவராத்திரி விழாவில் அம்மன் குதிரை வாகனத்தில் மகாதானபுரம் வரை பரிவேட்டைக்குச் செல்லும். அங்கே அசுரனை அழிக்கும் நிகழ்ச்சி நடத்திக் காட்டப்படும். அப்போது காரியக்காரர் மடத்தில் தங்கி அம்மன் ஓய்வெடுத்து செல்லும். இங்கு ஆடி அமாவாசை, சித்திரா பௌர்ணமி போன்ற விழாக்களும் சிறப்பாக நடக்கும்' என்று சொல்லிக்

கொண்டே கருவறை நோக்கி நண்பர்களை அழைத்துக் கொண்டு சென்றான் வினோத்.

கருவறையில் நின்ற கோலத்தில் படிமத்தில் வலதுகையில் ருத்ராட்சமும், இடதுகையில் லோலாஹஸ்தமும் கொண்டு துவிபங்க நிலையில் மூக்கில் ஒளி வீசுகின்ற மூக்குத்தியுடன் அழகுறக் காட்சி தந்தாள் குமரி பகவதி அம்மன்.

'அம்மனை நிர்மால்ய பூஜையில் தரிசிப்பது ஒருவிதமான ஆன்மீக அனுபவம்' என்றான் வினோத்.

அம்மனை வணங்கிவிட்டு மெதுவாகக் கோவிலின் வெளிவந்து செருப்புகளைப் பெற்றுவிட்டு மேற்கு நோக்கிச் சென்று காந்தி மண்டபம் நோக்கி நடந்தார்கள். காந்தி மண்டபம் முன்பு தமிழ்ப்பரப்புரை பயண நிகழ்ச்சி நடந்து கொண்டிருந்தது. நேராக காந்தி மண்டபத்துக்குள் நுழைந்தனர்.

'இந்த மண்டபம் காந்தியின் அஸ்தியை 1948 பிப்ரவரி 12 ஆம் தேதி கன்னியாகுமரியில கரைப்பதுக்கு முன்னாடி வைக்கப்பட்ட இடத்துல தான் கட்டப்பட்டுருக்கு. மண்டபத்தை 1956ம் வருசத்துல கட்டிருக்காங்க. இதோ இந்த மையக் கூண்டு 79 மீட்டர் உயரத்துல அமைஞ்சிருக்கு. இது காந்தியின் வயதைக் குறிப்பதாக இருக்கு. எல்லா வருஷமும் காந்தியின் பிறந்தநாளான அக்டோபர் 2-ம் தேதி பகல் 12.00மணிக்கு சூரிய கதிர்கள் காந்தியின் சாம்பல் வைத்திருந்த இந்த இடத்தில் விழும்படி அமைச்சிருக்காங்க' என்று சொல்லிக் கொண்டே மண்டபத்தின் மேல் பகுதிக்கு ஏறினான் வினோத்.

வினோத்தை தொடர்ந்து நண்பர்களும் மேலே ஏறி சுற்றிப் பார்த்தனர். பார்த்துவிட்டு வெளியே வந்து காமராஜர் மணிமண்டபத்துக்குள் நுழைந்தனர். அங்கிருந்த புகைப்படங்களைப் பார்த்துக் கொண்டிருந்தனர்.

'என்ன ஒரு அமைதி. எவ்வளவு பெரிய தலைவர் காமராஜர். மூன்று பிரதமர்களைக் கொண்டு வந்தவரு. ரஷ்யாவிலேயே வேட்டியை கட்டி தமிழனுக்குப் பெருமை சேர்த்தவர். நமக்கு அவரை நேருல பார்க்கக் கொடுத்துவைக்கவில்லை' என்றான் ஜெபா.

'மலர்களின் நடுவில் ஒரு ரோஜா, மக்களின் மத்தியில்

காமராஜா, உன்னைப் போல் தலைவருண்டோ உழைப்பாலே உயர்ந்தவரே எனும் பாடல்கள் இப்போதும் காமராஜரின் புகழைப் பரப்பியும், காதுகளுக்கு இனிமையையும் தந்துட்டுருக்கு என்றான் பெனிட்.

சிறிதுநேரம் அமைதியாகச் சுற்றிப் பார்த்து விட்டு வருகைப் பதிவேட்டில் கையெழுத்து இட்டுக்கொண்டு வெளியே வந்து வடக்கு நோக்கி நடந்தனர். இருபுறமும் சங்குகளாலும், பாசிகளாலும் அழகுறக் கட்டப்பட்டிருந்த மாலைகளைக் கண்டு ரசித்தபடியே சென்றுக் கொண்டிருக்கும் போது, அரசு அருங்காட்சியகம் பெயர்ப்பலகை கண்ணில் பட்டது. உள்ளே செல்ல, வருபவர்களை மிரட்டுவது போல் பீரங்கியின் ஒருபாகம் வரவேற்றது. அதன் பின்னால் பண்டையக் கற்சிற்பங்கள் அழகு காட்சி தந்தது.

'இந்த பீரங்கி உதயகிரி கோட்டையில செய்யப்பட்டது' என்றான் வினோத்.

கட்டண ரசீது பெற்றுக் கொண்டு உள்ளே நுழைந்ததும் திருவிதாங்கூர் அரசு வரவேற்பதைப் போல மன்னர்களின் புகைப்படங்கள் காட்சியளித்தன.

'இவங்க எல்லாம் திருவ்விதாங்கூர் மன்னர்கள்' என்று அருகில் அழைத்துச் சென்று காட்டினான் வினோத்.

பல நூற்றாண்டுகளுக்குப் பின்னே பயணம் செய்யத் தொடங்கினார்கள். 19-ம் நூற்றாண்டு ஓலைச்சுவடிகள்,

மகாராஜா பாலராமவர்மா காலத்து நாணயங்கள், திருவிதாங்கூர் திவான்களின் பெயர்களும், ஆட்சி செய்த காலமும், திருவிதாங்கூர் பத்திரங்கள், குளச்சல் வெற்றித் தூணின் படம், திருவிதாங்கூர் காலத்து மரப்பொருட்கள் மன்னர்களுடன், கலைவாணர், இந்திரா காந்தி, ராஜீவ் காந்தி போன்றோர் சேர்ந்து எடுத்த புகைப்படங்கள், தபால்தலைகள், அஞ்சல் பெட்டிகள், படங்கள் எனச் சற்று நேரத்தில் மன்னர் ஆட்சியில் வாழ்ந்த பிரமிப்பை ஏற்படுத்தியது. அருங்காட்சியகத்திற்கு உள்ளே சுற்றிப் பார்த்தனர்.

பதப்படுத்திய நிலையில் நான்கு கால் கோழி. இரண்டு உடலும் ஒரு தலையும் உடைய ஆடு, அதிசய தேங்காய், அதிசய மிளகாய், கடல் ஆமை, பலவகை பாம்புகள், கடல்வாழ் உயிரினங்கள் போன்றவையும் இருந்தது. பல மன்னர் காலத்து நாணயங்கள் கி.மு.4000 ஆண்டுகளுக்கு முன் பயன்படுத்தப்பட்ட நுண் கருவிகள், பவளத்திட்டு மாதிரி, திமிங்கிலத்தின் எலும்புகள், அய்யா வைகுண்டரின் பழைய தேர், ஓலைச்சுவடி, தோல் பொம்மைகள், இந்திய கலாச்சார ஆமைகள் என வரிசையாக ரசித்துப் பார்த்துக் கொண்டிருந்தனர்.

திடீரென வீரபாண்டிய கட்டபொம்மனின் வாள், மலபார் வாள், திருப்பாச்சி அரிவாள், பீரங்கி குண்டுகள்அவர்களை ஆச்சரியத்தில் ஆழ்த்தியது. அந்த சூழ்நிலையிலிருந்து வெளியே வரும்போதுதான் 21ஆம் நூற்றாண்டில் இருப்பதை உணர்ந்தார்கள். அருகிலிருந்த ஓட்டலில் சாப்பிட்டுவிட்டு பூம்புகார் கப்பல் போக்குவரத்து நோக்கி விவேகானந்தர் பாறை மற்றும் திருவள்ளுவர் சிலையைப் பார்க்கச் சென்றனர். வரிசையில் நின்று டிக்கெட் வாங்கி படகில் ஏறினார்கள்.

‘டேய் கொஞ்சம் பயமா இருக்குடா’ என்றான் செல்வன்.

‘அதெல்லாம் ஒன்னும் ஆகாது. அங்க பாரு சின்ன புள்ளைங்க எல்லாம் ஜாலியா சிரிச்சிட்டு வருது’ என்று எதிரே இருந்த சிறுவர்களை காண்பித்தான் வினோத்.

கடல் பயணத்தில் விவேகானந்தர் பாறையை வந்தடைந்தனர்.

‘இங்கருந்து கரையைப் பார்க்கத் தீவு போல இருக்கு’ என்றான் ஜெபா.

'இந்த மண்டபத்த எப்போ கட்டுனாங்க?' என்று பெனிட் கேட்டான்.

'இமயமலையில் இருந்து கன்னியாகுமரிக்குத் தீர்த்த யாத்திரைக்காகப் புறப்பட்ட விவேகானந்தர். 1892 ஆம் வருசம் டிசம்பர் 25 ஆம் தேதி குமரிக்கு வந்து சேர்ந்தாராம். பகவதி அம்மனை தரிசித்துவிட்டு கடலில் குதித்து நீந்தி இந்த ஸ்ரீபாத பாறைக்கு வந்தாராம். பின்னர் இரவு முழுவதும் தியானத்தில் அமர்ந்த அவருக்கு மனதில் ஒரு உறுதியான எண்ணம் தோன்றியதாம். அது என் நாட்டின் வறுமையை அகற்றி, அதன் வெந்துயர்களைப் போக்கி அதன் பண்டைய பெருமைகளை உலகின் முன் நிலைநாட்டுவேன் என்பதாம். அதுக்கு பிறகு குமரியிலிருந்து புறப்பட்டு சென்னை சென்று நண்பர்கள் உதவியோடு அமெரிக்காவில் உள்ள சிக்காகோ நகர்ல 1893 ஆம் வருசம் செப்டம்பர் 19-ஆம் தேதி சொற்பொழிவு ஆற்றிருக்கார். 1970 ஆம் வருசம் செப்டம்பர் 2-ஆம் தேதி குடியரசு தலைவர் வி.வி.கிரி அவர்களால் இந்த மண்டபம் திறக்கப்பட்டிருக்கு' என்றான் வினோத்.

விவேகானந்தர் மண்டபத்தைச் சுற்றிப்பார்த்து விட்டு திருவள்ளுவர் சிலையைப் பார்க்கச் சென்றனர். திருவள்ளுவர் சிலை பீடத்தினுள் திருக்குறளில் உள்ள 1330 குறள்களும், அதிகாரம் வாரியாகச் செதுக்கி வைத்திருப்பதையும் கண்டு ரசித்தனர்.

'வினோத் இந்தப் பாறை ரொம்ப பெருசா இருக்கே. இதைப் பத்தி உனக்கு ஏதாவது தெரியுமா?' எனக் கேட்டான் ஜெபா.

'இந்தப் பாறையின் பரப்பளவு 3.4 ஏக்கர். இந்தத் திருவள்ளுவர் சிலை அமைத்தவர் முன்னாள் முதலமைச்சர் மு.கருணாநிதி அவர்கள் தான். ஆனால் இதற்கு அடிக்கல் நாட்டியது முன்னாள் முதல்வர் எம்.ஜி.ஆர் காலத்தில். இந்தச் சிலை அமைந்திருக்கும் பீடத்தின் உயரம் 38 அடி. இது திருக்குறளில் அறத்துப்பாலில் உள்ள அதிகாரங்களின்

எண்ணிக்கையை குறிக்குது. பீடத்தின் மேல் உள்ள சிலையின் உயரம் 95 அடி. இது பொருட்பால் மற்றும் இன்பத்துப் பாலில் உள்ள அதிகாரங்களின் எண்ணிக்கையைக் குறிக்குது. திருவள்ளுவரின் முகம் 10 அடி உயரத்திலும், உடல்பகுதி 30 அடி உயரத்திலும், தொடைப்பகுதி 30 அடி உயரத்திலும், கால்கள் 20 அடி உயரத்திலும், கொண்டை 5 அடி உயரத்திலும் அமைக்கப்பட்டிருக்கு. இந்தப் பீடம் மற்றும் சிலை முழுவதும் 3681 கிரானைட் கற்களால் கட்டப்பட்டது. இந்தச் சிலையை டாக்டர் வை.கணபதி சிற்பி என்பவரின் தலைமையில் பல சிற்பிகள் சேர்த்து கட்டிருக்காங்க. இங்க வருசம்தோறும் திருவள்ளுவர் தினத்தில் தமிழறிஞர்கள் வந்து மரியாதை செய்துவிட்டு போவாங்க' என்றான் வினோத்.

திருவள்ளுவர் சிலையின் அழகை ரசித்துவிட்டு கரைக்குத் திரும்பி அறையை நோக்கி நடந்தனர். அறையை காலி செய்துவிட்டு காரில் ஏறி கோவளம் சாலையில் பயணமானார்கள். கன்னியாகுமரிக்கு விடை சொல்லும் விதமாக ஒருமுறை திரும்பிப் பார்த்துவிட்டு, கடல் அலைகளை ரசிக்க வினோத் காரில் எப்.எம்.மை போட்டான்.

அப்போது 'கொடியிலே மல்லிகைப்பூ மணக்குதே மானே எடுக்கவா கொடுக்கவா துடிக்கிறேன் நானே' எனப் பாடல் ஒலித்துக் கொண்டு நிறைவடைய, ஒரு கரகரத்த குரலில் உங்கள் உள்ளங்களிலும் எண்ணங்களிலும் ஒலித்துக் கொண்டிருப்பது குமரி பண்பலை 101 என்று அதன்

அறிவிப்பாளர் மங்காவிளை ராஜேந்திரன், ஒரு மீனவரிடம் நேரடி உரையாடலை நடத்திக் கொண்டிருந்தார்.

‘பரவாயில்லையே, நம்ம சென்னையில எப்போதுமே சினிமா பாடல்கள் தான். இங்க பயனுள்ள நிகழ்ச்சிகளையும் எப்.எம்.ல போடுறாங்க. நல்லா இருக்கு’ என்றான் சுதன்.

‘இதுமட்டுமில்ல! வேளாண்மை செய்தி, விளையாட்டு, சாதனையாளர் உரையாடல்ன்னு பல நல்ல நிகழ்ச்சிகள் இந்தப் பண்பலையில கேட்க முடியும்’ என்றான் வினோத்.

பேவாட்ச்சை தாண்டி கார் கோவளம் உப்பளத்தை நெருங்குகையில், ‘இங்க பக்கத்துல இருக்குற கடல்ல இருந்து கடல்நீரைக் கொண்டு உப்பாக மாற்றுவார்கள்’ என்று சொல்லிக் கொண்டே உப்புக் குவியல்களை காண்பித்தான் வினோத்.

வைரம் போல சூரிய வெளிச்சத்தில் உப்பு குவியல்கள் ஜொலித்தன. அதனைத் தாண்டி கார் போகையில் பெரியகுளம் கண்ணில் பட்டது.

‘இதுதான் இந்தப் பகுதியிலேயே பெரியகுளம். இதுக்கு வால்குளம்ன்னு பெயரும் இருக்கு. நான் இதுப் பக்கத்துல இருக்கிற அகஸ்தீஸ்வரம் பள்ளிக்கூடத்துல தான் படிச்சேன். அப்போ சிலநேரம் வகுப்பை கட் அடிச்சிட்டு கோவளம் கடல்ல குளிச்சிட்டு, நல்ல தண்ணீல குளிக்க இந்தக் குளத்துக்கு வருவோம்’ என்று தன் பழைய நினைவலைகளை வினோத் சொன்னான்.

கார் இலந்தயடிவிளை தாண்டி சென்றுக் கொண்டிருக்கும் போது ஆண்களும், பெண்களும் கைகளில் நார்களை வைத்துக் கொண்டு திரித்துக் கொண்டிருந்தனர்.

‘தேங்காய் நாரிலிருந்து கயிறு தயாரிக்குற தொழில் இந்தப் பகுதியில அதிகமாக இருக்கு. மீன்வலை தயாரிக்கிற ஆலை, முந்திரி ஆலைகளும் பரவலா இருக்கு’ என்று சொல்லிக் கொண்டே காரை சற்று வேகமாக மணக்குடி நோக்கி ஓட்டினான் வினோத்.

அதற்குள் குமரி பண்பலையில், நதி எங்கே போகிறது... கடலைத் தேடி..

வாம்மா துரையம்மா...இது வங்கக் கரையம்மா...

கொம்பேன் சுறா வேட்டையாடும் கடல்ராசா நான் கடல்

ராசா நான் என்கிற பாடல்கள் தொடர்ச்சியாக ஒலித்துக் கொண்டிருந்தது. கார் மணக்குடியை நெருங்கி இணைப்புப் பாலத்தின் மேல் ஏறி நின்றது.

'இதோ இது கீழமணக்குடி. அது மேலமணக்குடி இதை இணைக்குற பாலம்தான் இது. நான் சொன்ன சுனாமி தாக்கப்பட்ட பாலம் அதோ' என்று கடல்நீரில் மூழ்கியிருப்பதைக் காண்பித்தான் வினோத்.

'ஏய் சூப்பரா இருக்கு பாம்பன் பாலத்துல நிக்குற உணர்வு கொஞ்சம் இங்கேயும் இருக்கு' என்று சொல்லிக்கொண்டு படம்பிடிக்கத் தொடங்கினான் சுதன்.

'பண்டைய காலத்துல சின்ன துறைமுகம் இங்க இருந்துருக்கு. இது பழையாறு. இங்கதான் ஆறு கடல்ல கலக்குது' என்று காண்பித்தான் வினோத்.

பாலத்துக்குக் கீழே சிறு கட்டுமரங்கள், படகுகள் என வரிசையாக ரம்மியமாகக் காட்சியளித்துக் கொண்டிருந்தது. பசுமையான, அடர்ந்த அலையாத்தி மரங்கள் அந்த இடத்தை இன்னும் அழகுப் படுத்திக் கொண்டிருந்தது அங்கிருந்து கிளம்பி கடற்கரைச் சாலையில் சங்குதுறை கடற்கரை நோக்கிப் பயணமானார்கள். கடற்கரையை ஒட்டி மணல்திட்டுகளும், காற்றாடி மரங்களுமாகக் காட்சியளித்தது.

அதனை பார்த்து சுதன் 'ஏன் மணல் திட்டும் காற்றாடி மரங்களுமா இருக்கு?' என்று வினோத்திடம் கேட்டான்.

'சுனாமி போல பெரிய கடல் அலைகளை தடுக்கத்தான். இதை அமைச்சிருக்காங்க' என்று சொல்லிக்கொண்டு காரை ஓரமாக நிறுத்தி இறங்கினான் வினோத்.

'என்ன சங்குதுறை பீச்னு சொன்ன. ஆனா ஆளே இல்லையே?' எனக் கேட்டான் ஜெபா.

'முன்னாடிலாம் அதிக பரப்பா தான் இருந்திச்சி. ஆனா கடலரிப்பு அதிகமானதாலயும், கடலலை அதிகமா அடிக்கிறதாலயும் சுற்றுலாப் பயணிகள் வருகை ரொம்ப குறைஞ்சிப் போச்சு. வாங்க கடல்கிட்ட போவோம்' என்று அழைத்தான் வினோத்.

தூரத்தில் ஒரு சரக்கு கப்பல் போய்க்கொண்டி ருந்தது. கடல்நீரில் காலை நனைத்துவிட்டு சற்றுநேரம்

விளையாடினார்கள். அதன் பின் அங்கிருந்து கிளம்பி நாகர்கோவிலுக்குப் பயணமானார்கள். கார் பீச்ரோடு, செட்டிகுளம் கடந்து வேப்பமூடு ஜங்ஷனில் வர நாகர்கோவில் நகராட்சி பூங்காவிற்குள் காரை கொண்டுபோய் நிறுத்தினான் வினோத். டோக்கன் எடுத்துவிட்டு பூங்காவுக்குள் நடந்தனர்.

'என்னடா பார்க்குக்குள்ள லைப்ரரியா?' என ஆச்சரியமாக கேட்டான் ஜெபா.

'சுற்றிப்பார்க்க வர்றவங்க கொஞ்சம் நூலகத்தையும் சுற்றிப் பாருங்க. கொஞ்சம் படியுங்க என்கிற நோக்கத்துல வச்சிருக்காங்க' என்று சொல்லிக் கொண்டே காந்தி தூணை காண்பித்தான் வினோத்.

'அது என்ன விமானமா' என சுதன் கேட்டான்.

'ஆமா, அது மிக்-21 ரக போர் விமானம்' என்று பூங்காவைச் சுற்றிக் காண்பித்தான் வினோத்.

பார்த்துவிட்டு வெளியே வர டைனோசர் பெரிய உருவத்தில் நின்று மிரட்டிக் கொண்டிருந்தது. அதனை மிரட்சியோடு பார்த்துவிட்டு குமரித் தந்தை நேசமணி அவர்களின் மணிமண்டபம் நோக்கி நடந்தார்கள்.

'என்னடா நேசமணி அவர்களின் சிலை மட்டும்தான் இருக்கு' என ஆவேசமாகக் கேட்டான் ஜெபா.

'ஏன் என்னாச்சி' எனக் கேட்டான் வினோத்.

'இல்ல. குமரியின் தந்தைன்னு சொன்னீயே. அவர் என்ன செய்தாரு. போராட்டக் காலத்துல எடுத்த புகைப்படங்கள்

அவரின் சட்டமன்ற, நாடாளுமன்ற உரைகளை எல்லாம் இங்க வச்சா நம்மைப் போல் பார்க்க வருபவர்களுக்கும் தெரியும்ல. அதான் கேட்டேன்' என்றான் ஜெபா.

'அதுவும் சரிதான். சீக்கிரம் எல்லாத்தையும் வைப்பாங்கன்னு நினைக்கிறேன். தமிழ்நாடு முதல்வர் ஜெயலலிதா அவர்கள் காணொளி மூலமாக இந்த மணிமண்டபத்தைத் திறந்து வச்சாங்க' என்று சொல்லிக்கொண்டே காரை நோக்கி அழைத்துச் சென்றான் வினோத். கார் நேராக வினோத் வீட்டின் முன் நின்றது.

'என்ன ரெண்டு நாளா நல்லா சுத்திப் பாத்திங்களா?. எங்க ஊர் எப்படி இருக்கு?' என்று வினோத்தின் அம்மா கேட்டார்.

'ம்ம்ம். சூப்பராயிருக்கும்மா' என்று பதிலளித்தான் ஜெபா.

'எல்லா இடத்துக்கும் வினோத் கூட்டிட்டுப் போனானா?' எனக் கேட்டாள் வினோதினி.

'ஆமா! ஆமா!' என பதில் சுதன் சொன்னான்.

'வாங்க சாப்பிடலாம்' எனக் கூப்பிட்டாள் வினோதினி.

அனைவரும் கைகளைக் கழுவிவிட்டு சாப்பிட உட்கார்ந்தனர். அன்போடு சாதத்தையும், நண்டு குழம்பையும் அம்மா பரிமாறினாள்.

'நாளைக்கு எங்க போகணும் வினோத்?' எனக் கேட்டான் சுதன்.

'அதைத்தான் யோசிச்சுக்கிட்டு இருக்கேன். சரி காலையில பார்க்கலாம். இப்போ உறங்கலாம்' எனச் சொன்னான் வினோத்.

உறங்கிவிட்டு, காலையில் எழும்பி குளித்துவிட்டு கீழே இறங்கி வந்தனர்.

'அம்மா டிபன் ரெடியா?' என்று வினோத் கேட்க, 'ஆமா எல்லோரும் வாங்க' என அம்மா கூப்பிட்டாள்.

'சுடச்சுட இட்லியும், சாம்பாரும் சாப்பிட்டுவிட்டு, அம்மா இன்னைக்குத் தக்கலை பக்கம் போறோம்' என்று அம்மாவிடம் வினோத் சொன்னான்.

காரில் ஏறிக் கிளம்பினார்கள். வெட்டூர்ணிமடம் ஜங்ஷன் வந்ததும்,

‘இதுதான் எல்லை போராட்டத் தியாகியும் எம். எல்.ஏ.வும்மான குஞ்சன்நாடார் சிலை. அது கிறிஸ்து அரசர் சர்ச்’ என்று காரில் இருந்தபடியே வினோத் காண்பித்தான். கார் பார்வதிபுரம், சுங்கான்கடை, தோட்டியோடு வரும்போது,

‘இடதுபக்கமாக போனா இரணியல் அரண்மனைக்குப் போகலாம். ஆனா அது இப்போ சிதிலமடைஞ்சி போச்சி, நாம உதயகிரிகோட்டைக்குப் போகலாம்’ என்று சொல்லிக்கொண்டு நேராக திருவனந்தபுரம் சாலையில் காரை ஓட்டினான் வினோத்.

கார் வில்லுக்குறியை நெருங்குகையில், ‘இது பக்கத்துல மாடத்தட்டுவிளைங்கிற ஊர்ல உள்ள எல்லோருமே கண்தானம் பண்ணிருக்காங்க’ என வினோத் சொன்னான்.

‘கண்தானம் என்பது ஒருவனை இருளிலிருந்து வெளிச்சத்துக்குக் கொண்டு வரும் நல்லசெயலாகும்’ என்றான் ஜெபா.

குமாரகோவிலை நெருங்கிவர வலதுபுறமாகக் காரைத் திருப்பி வேளிமலை முருகன் கோவிலின் முன்பு காரை நிறுத்தினான் வினோத். பார்த்தால் மலைமேல் கோவில், 38 படிகள் ஏறி மேலே செல்ல மண்டபத்தில் வீரபாகும், வீர மகேந்திரமும் காட்சி தர, வீரபாகு உருவத்தைப் பார்த்து ‘இது வீரபாகு’ எனச் சொன்னான் வினோத்.

உயரமான கொடி மரத்தைப் பார்த்தனர். அது முற்றிலும்

செம்புத் தகடால் மூடப்பட்டு இருந்தது. விநாயகர் சிலையைப் பார்த்துவிட்டு, மூல ஸ்தானத்திலிருந்த எட்டே முக்கால் அடி உயரமான முருகன் சிலையையும், ஆறே கால் அடி உயரமான வள்ளி சிலையையும் பார்த்தனர்.

'வினோத், திருப்பரங்குன்றத்துல தெய்வானையோடு முருகன் காட்சி தருறாரு. இங்க வள்ளியோடு இருக்காரே?' என ஆச்சரியமாகக் கேட்டான் சுதன்.

'இங்க திருக்கல்யாணத்தன்று குமாரகோவிலைச் சுற்றித் திருக்கல்யாண விருந்து வைத்து வள்ளியைத் தம் வீட்டுப் பொண்ணாகக் கொண்டாடுறாங்க. நவராத்திரியின் போது திருவனந்தபுரம் செல்லும் முருகனுக்கு கேரள அரசு மரியாதை அளிச்சிட்டு வருது. மலையும் மலைசார்ந்த இடமான குறிஞ்சி நிலமக்கள் முருகனை பண்டைக்காலம் தொட்டு வழிபட்டுருக்காங்க. குமரிக்கண்டம் இருந்தபோது ஆப்பிரிக்கா நாடும் அதனோட இணைஞ்சி இருந்துருக்கு. மலைவாழ் மக்கள் முருங்கு என்றும் அந்தத் தெய்வத்தின் சின்னம் சேவல் என்றும் அதுவே தமிழ்நாட்டு மக்கள் வணங்குகின்ற முருகன் என்றும் ஆராய்ச்சியாளர்கள்

'சொல்லுறாங்க' என்று சொல்லிக்கொண்டே கோவிலைச் சுற்றிக் காண்பித்தான் வினோத்.

கோவிலை நன்கு பார்த்துவிட்டு காரில் ஏறிக் கிளம்பினார்கள். புலியூர்க்குறிச்சி உதயகிரி கோட்டைக்குக் காரைத் திருப்பினான் வினோத். காருக்கு டோக்கன் போட்டுவிட்டு உள்ளே சென்று பார்வையிட டோக்கன் எடுத்தனர். மரங்களின் காற்று வீச மெதுவாக உள்ளே நடக்கத் தொடங்கினர். குறுக்கும் நெடுக்குமாக வாத்துகள் நடமாடின. கூட்டிற்குள் அடைக்கப்பட்டிருக்கும் குருவிகளும் கிளிகளும் எங்களையும் பாருங்கள் என்கிற தொனியில் குரலெழுப்பின. அனைத்தையும் படம் எடுத்தவாறு வந்துகொண்டிருந்தான் சுதன்.

'இதுவும் வட்டக்கோட்டை போலப் படைதளமா இருந்திச்சா?' எனக் கேட்டான் ஜெபா.

'ஆமா, குளச்சல் போர்ல கைது செய்யப்பட்ட டிலெனாய், மன்னரின் நம்பிக்கைக்கு உரியவராகி இங்குள்ள படைவீரர்களுக்கு ஐரோப்பிய முறையில் போர்ப்பயிற்சி கொடுத்த இடம்தான் இது. இதை பீரங்கியும் குண்டுகளும் செய்யுற இடமாகவும் பயன்படுத்திருக்காங்க' என்று வினோத் சொல்லிக் கொண்டிருக்கும் போது, எதிரே இருந்த மயில்கள் கூட்டத்தில் ஒரு ஆண் மயில் தோகையை விரித்து ஆடியது. மான்கள் கூட்டம் மேய்ந்துக் கொண்டிருந்தது. அங்கிருந்த

மூலிகைகளின் வாசனையை முகர்ந்தவாறே நடந்துகொண்டிருந்தார்கள்.

எதிரே கண்ணாடிப் பெட்டிக்குள் வண்ணவண்ண மீன்கள், பலவகை புறாக்கள், குரங்கு என ரசித்துக்கொண்டே, அங்கு மேய்ந்து கொண்டிருந்த குதிரையைப் பார்த்துவிட்டு டிலெனாய் கல்லறை நோக்கி நடந்தனர்.

200 ஆண்டுகளுக்கு முன்பு இந்த இடம் எப்படி இருந்திருக்கும் என வினோத் தன் மனக்கண்ணில் நினைத்துப் பார்த்தான். வீரர்கள் அங்கும் இங்குமாக ஓடிக் கொண்டிருந்தனர். சிலர் பலரை கைது செய்து கொண்டு வந்திருந்தனர். ஒருபக்கம் பயிற்சி எடுத்துக் கொண்டிருந்த வீரர்கள் என பரபரப்பான சூழல் வினோத்தின் கண்முன் விரிந்தது. அதனை அசை போட்டவாறே துள்ளி மேலே இருந்த மரத்தின் கொம்பினை இழுக்க பூத்துக்குலுங்கி இருந்த மரம், நண்பர்கள் மீது பூக்களைத் தூவியது. மரத்தைப் பார்த்து சிரித்தபடியே டிலெனாய் கல்லறையை நெருங்கினார் கள். அடர்த்தியாக வளர்ந்திருந்த மரங்கள் ஒன்றோடொன்று சேர்ந்து குகை போல வழிப்பாதையில் காட்சி தந்தது.

'ஆமா! இதுக்கு ஏன்? உதயகிரின்னு பேரு வெச்சுருக்காங்க?' என பெனிட் கேட்டான்.

'உதயகிரி என்பது அதோ தெரிகிறதே. அந்த மலையின் பெயர் தான் இது. பக்கத்துல தான் பத்மநாபபுரம் அரண்மனை இருக்கு. அங்கிருந்து இந்த மலையப் பார்த்தால் இங்கிருந்து

தான் சூரியன் உதிப்பதுபோல தெரியும். அதனால தான் உதயகிரின்னு பேரு வெச்சுருக்காங்க. முதல்ல மலையைச் சுற்றி மண்கோட்டை தான் வேணாட்டு மன்னரால கட்டப்பட்டிருக்கு, டிலெனாய் வந்த பிறகுதான் கற்கோட்டையாக மாற்றிருக்காங்க' என்று வினோத் சொல்லி முடிக்க டிலெனாய் கல்லறையும் வந்தது.

டிலெனாய் கல்லறை இராணுவ மரியாதையின் பிரதிபலிப்பாகக் காட்சியளித்தது. கல்லறையின் தலைப்பகுதியில் கற்சிலுவை. அதற்குக் கீழே பிறைச்சந்திரன், பீரங்கி, குண்டு, துப்பாக்கி, கத்தி, ஈட்டி, வளைக்குழலூதி, உருவங்களும் பொறிக்கப்பட்டிருந்தன. அதன் அருகே அவரது மனைவி மார்க்கிரெட்டா பீட்டர் புளோரிக், கேப்டன் ஹியூஸின் குழந்தைகள். வில்லியம் ரௌஸ் காண்டரின் மனைவி அக்னிரோஸின் கல்லறைகள் என வரிசையாக அமைந்திருந்தன. அதனையும் பார்த்துவிட்டுத் திரும்பினார்கள்.

ஜெபா ஓடிப்போய் எதிரேயிருந்த மரக்குடில் மீது படிவழியாக ஏறத் தொடங்கினான்.

அவனைப் பார்த்து 'கவனமா மெதுவா ஏறு' என பெனிட் கத்தினான்.

கயிறைப் பிடித்து மேலே ஏறினான் வினோத்.

'கொஞ்சம் கேமராவைப் பிடி நானும் ஏறிப் பார்க்குறேன்' என்றான் சுதன்.

பின்னர் அங்கிருந்த மரப்பாலத்தில் ஏறி நடக்கத் தொடங்கினர். அங்கு அமைந்திருந்த கடையில் காபி குடித்துவிட்டு வெளியே வந்தனர்.

'அடுத்து எங்க போறோம்?. பத்மநாபபுரம் அரண்மனைக்குத்தானே' என செல்வன் கேட்டான்.

'ஆமா, உனக்கு எப்படித் தெரியும்?' என ஆச்சரியமாக வினோத் கேட்டான்.

'நீ தான் சொன்னியே, பத்மநாபபுரம் அரண்மனை பக்கத்துல இருக்குன்னு, அதான் கேட்டேன்' என்றான் செல்வன்.

கார் கிளம்பி பத்மநாபபுரம் அரண்மனை முன்பு நின்றது. உள்ளே சென்று ஆளுக்கு முப்பது ரூபாய் டோக்கன் எடுத்துவிட்டு திரும்பியதும், 'வினோத், டோக்கன் கொடுக்கிறவரு மலையாளத்துல பேசுறாரு. அப்போ இது கேரளாவா?' என அறியாப்பிள்ளை போல சுதன் கேட்டான்.

'இல்ல. தமிழ்நாடு தான். ஆனா இந்த அரண்மனை கேரள அரசாங்க கட்டுப்பாட்டுல இருக்கு. உதயகிரி கோட்டை தமிழக வனத்துறை கட்டுப்பாட்டுல இருக்கு' என்றான் வினோத்.

வெடிபொருள் சோதனைக் கருவிகளை ஒவ்வொருவராகக் கடந்துசெல்ல, ஜெபா வந்ததும் அலாரம் ஒலிக்கத் தொடங்கியது. அங்கிருந்த காவலர்கள் ஓடிவந்து ஜெபாவை வட்டமிட்டதும் ஜெபா பயந்து விட்டான். வியர்வை உடலை நனைத்தது. சோதனையில் ஜெபாவின் பாக்கெட்டில் இருந்த செம்பும், அலுமினியமும் கலந்த சங்கிலி சிக்கியது.

'நோ ப்ராபிளம் போயிக்கோ' என காவலர்கள் சொல்ல பையிலிருந்த தண்ணீரை கடகடவென குடித்தான் ஜெபா.

'என்ன ஜெபா பயந்துட்டியா' எனச் சிரித்துக் கொண்டே நண்பர்கள் கேட்க,

'ஆமா கொஞ்ச நேரத்துல ஆடிப்போயிட்டேன். உள்ள நான் வரல நீங்க போயிட்டு வாங்க' என்றான் ஜெபா.

'அதெல்லாம் ஒன்னுமில்லை. பயப்படாத வா பார்க்கலாம்' என ஜெபாவின் தோளில் கையைப் போட்டுக் கொண்டு அழைத்துச் சென்றான் வினோத்.

பூமுக வாசல் வரவேற்க, அதன் இருபுறங்களிலும் குதிரை வீரர்களின் மரச்சிற்பத்தை ரசித்தவாறே உள்ளே சென்றனர். மேற்கூரையில் பலவகையான மலர் சிற்பங்கள் இருப்பதைக் கண்டு வியந்தனர். ஒரு சில சுற்றுலாப் பயணிகள் அங்கும் இங்கும் நடந்தவாறே பார்த்துக் கொண்டிருந்தனர்.

'இது என்ன கிரானைட் கட்டில் போல இருக்கு' என சுதன் கேட்டான்.

'ஆமா. இது கிரானைட் தான் 7 துண்டு கிரானைட் கற்களால் செய்யப்பட்டது. இது குளிர்ச்சியா இருக்குமாம். மன்னர் கோடைக் காலத்துல இதை பயன்படுத்துவாராம்' என்றான் வினோத்.

மந்திர சாலையை நெருங்க.

'இங்குதான் மன்னர் மந்திரிகளுடன் ஆலோசனை நடத்துவாராம்' என வினோத் சொன்னான்.

ஒரு குளிர்ந்த காற்றுடன் நறுமணமும் வீசியது. அங்கு பராமரிப்புப் பணியில் இருந்த ஒருவர் வர அவரிடம்,

'சார் அரண்மனை நல்லா இருக்கு. இதைப் பத்தி ரொம்ப தெரிஞ்சுக்கணும் கொஞ்சம் சுத்திக்காட்டி சொல்ல முடியுமா ப்ளீஸ்' எனக் கேட்டான் வினோத்.

'நிச்சயமா சுத்திக்காட்டுறேன் வாங்க. என் பேரு குமாரு. 10 வருஷமா இங்க வேலை செய்யுறேன். இதுதான் கடிகாரமடம். இதை மணிமாளிகைன்னும் சொல்லுவாங்க. இந்த கடிகாரம் சுமார் 225 வருஷத்துக்கு முன்னாடியே இருக்குது. மகாராஜா சுவாதித் திருநாள் காலத்துல வெள்ளைக்காரங்க கொடுத்தது.

இது ஊட்டுப்புரை. சாப்பிடக்கூடிய இடம். சுமார் 2000 பேர் வரை உட்கார்ந்து சாப்பிடலாம். இந்த ஜாடிகள்ல ஊறுகாய் வச்சிருந்தாங்க. இந்தக் கல் தொட்டிகள் தயிரும், மோரும் தயாரிக்கப் பயன்பட்டிருக்கு.

அங்கிருந்து வெளியே சென்று தாய்க் கொட்டாரத்தை நெருங்கினார்கள்.

'இது அரண்மனையிலேயே முதல்ல கட்டுன கட்டிடம். அதுனால இதுக்குத் தாய்க் கொட்டாரம்ன்னுபேரு. மகாராஜா வீர உதய மார்த்தாண்டவர்மா இதை கட்டிருக்காரு. இதுதான் கன்னிமூலையும் கூட. இந்த ஏகாந்த மண்டபத்தின் திறந்தவெளி தாழ்வாரத்துல நவம்பர், டிசம்பர் மாசங்கள்ல பத்ரகாளிக்கு 41 நாளு பூஜை நடத்திருக்காங்க. இங்கே இருந்து சாரோட்டு கொட்டாரத்துக்குச் செல்ல ஒரு சுரங்கப்பாதையும் உண்டு' என்றார் குமார்.

'இது என்ன படகு' என பெனிட் கேட்க,

'இதுக்குக் கீழேயுள்ள கீழ்ப்புறம் குளப்புரைன்னு சொல்லுவாங்க. அதுல நீராழி இருக்கு. அதுல மன்னர் குடும்பத்துல உள்ளவங்க படகு சவாரி செய்வாங்க. அந்தப் படகுதான் இது' என்று விளக்கினார் குமார்.

தாய்க்கொட்டாரத்தை அடுத்த வெளிமுற்றத்துக்குச் செல்ல,

'இங்கதான் ராணுவ வீரர்களை மன்னர் தேர்வு செய்வாராம்' என்று சொல்லிக்கொண்டே வடக்குப் பகுதியில் அமைந்திருந்த ஓமப்புரையைக் காட்டினார் குமார்.

'இங்க யாகங்கள் நடைபெற்றுருக்கு. இந்த சரஸ்வதி கோவில்ல கம்பர் பூஜை பண்ணிருக்காருன்னும் சொல்லுவாங்க. சரஸ்வதி பூஜை நேரத்துல திருவனந்தபுரத்துக்கு இந்த சரஸ்வதி சிலையைக் கொண்டு போவாங்க.

அது உப்பரிகை மாளிகை மகாராஜா மார்த்தாண்டவர்மா கட்டி பத்மநாபசுவாமிக்கு அர்ப்பணிச்சி பெருமாள் கொட்டாரம்ன்னு பேரு வச்சாரு. இதுக்குத் தரைத்தளத்துல கருவூலம் இருந்துருக்கு. இங்கேதான் மன்னரும் தங்கியிருக்கார்' என்று குமார் சொன்னார்.

ஒடுங்கிக் காணப்படும் நுழைவாயிலில் ஒவ்வொருவரும் நுழைந்து பலவகையான ஓவியங்களை ரசித்தனர்.

'இந்த வாள் யாரோடது?' என திருமால் உருவப்படத்தின் முன்பக்கம் விஷ்ணு உருவம் பொறிக்கப்பட்ட உடைவாளைப் பார்த்துக் கேட்டான் ஜெபா.

'இது மகாராஜா மார்த்தாண்ட வர்மாவின் வாள். அவரு பத்மநாபசுவாமியின் திருப்பாதத்துல தன் உடைவாளையும், சிம்மாசனத்தையும் காணிக்கையா வெச்சி தன்னை பத்மநாபசுவாமி தாசனாக மாற்றியதன் அடையாளமாகும். இந்த வாளும் நவராத்திரியில யானை மேல ஊர்வலமா திருவனந்தபுரம் பத்மநாபசுவாமி கோவிலுக்குப் பூஜைக்காகப் போகும்'.

'அதோ அந்த வழி அந்தப்புரத்துக்குப் போறது' என்றார் குமார்.

'செல்வா வா. அந்தப்புரம் போயிப் பார்க்கலாம்' என சுதன் கூப்பிட்டான்.

'இப்போ, அங்க யாரும் இல்ல' என சிரித்துக் கொண்டே குமார் சொன்னார்.

எல்லோரும் சற்று சிரித்தபடியே நடந்து சந்திரவிலாசம், அம்பாரி முகப்பு, இந்திர விலாசம், நவராத்திரி மண்டபம் என பார்த்துவிட்டு, தெற்கே கொட்டாரம் வந்து சேர்ந்தனர். அங்கு அதிகமான சுற்றுலாப் பயணிகள் இருந்தனர்.

குமார், அங்கிருந்த தோணியைக் காட்டி,

‘இது எண்ணெய் தோணி. மன்னர் எண்ணெய்க் குளியலுக்குப் பயன்படுத்திருக்காரு’ எனச் சொல்லிக் கொண்டே மகாபாரதம் நூல், சமையல் அறை, சாப்பாட்டு அறை, மண்பாண்டங்கள், பொருள்கள் வைக்க உதவும் சட்டிகள், பெட்டிகள், மன்னரின் சகோதரியின் பிரசவ அறை, தொட்டில், மன்னரின் ஓய்வறை, வீணை, மிருதங்கம், ஊஞ்சல், கிராமபோன், பனையோலை, விசிறி என காண்பித்து விட்டு வெளி அருங்காட்சியகத்துக்குள் அழைத்துச் சென்றார் குமார்.

அங்கிருந்த கல்வெட்டுகள், ஓவியங்கள், வாள்கள், போர் உபகரணங்கள் எனச் சுற்றிப் பார்த்தனர். முழுவதையும் பார்த்துவிட்டு வெளியேறினார்கள்.

‘இங்கிருந்து பார்த்தா ஒரு ஓட்டுக் கட்டிடம். ஆனா உள்ள போயி பார்த்தா ராஜமாளிகை’ என்றார் குமார்.

‘சரி சார். ரொம்ப தேங்க்ஸ்’ என்றான் வினோத்.

‘இது என் கடமை’ என்றார் குமார்.

அரண்மனைக்கு வெளியே வந்து டீ குடித்துவிட்டு காரில் ஏறிக் கிளம்பினார்கள். குமாரபுரம் தாண்டி சித்திரங்கோடு ஜங்ஷனிலிருந்து இடதுபுறமாக மாத்தூர் தொட்டிப் பாலம் நோக்கிச் சென்றனர்.

● வெள்ளைக்கார சாமி

'என்ன வினோத். இப்போ எதுவுமே சொல்லாம வெறும் இடத்தை மட்டும் சுற்றிக்காட்டுற என்னாச்சு?' என ஜெபா கேட்டான்.

'அது ஒன்றுமில்லை. சும்மாதான்' என சொன்னவாறே வெளியில் ஒரு வெள்ளைக்காரன் மோட்டார் சைக்கிளில் வேகமாகச் செல்வதைப் பார்த்தான் வினோத்.

'சரி, நான் ஏற்கனவே சொன்ன வெள்ளைக்கார சாமியைப் பற்றிச் சொல்லுறேன். நாம போன பெரியகுளம் அகஸ்தீஸ்வரம் பக்கத்துல இருக்கக்கூடிய புவியூர் என்கிற கிராமத்துல வெள்ளைக்கார சாமிக்கு ஒரு கோவில் இருக்கு. அந்தச் சாமிக்குப் பரங்கித்துரை என்கிற பெயருமுண்டு. அந்தக் கோவிலுக்குள்ளே பார்த்தா சூட்டு, கோட்டு, தொப்பி, துப்பாக்கியோட கடிவாளத்தைக் கையில் பிடித்துக் கொண்டு வெள்ளைக் குதிரையில சாமி இருக்காரு. அவருக்குப் பிரியாணியும், பிராந்தியும் படைப்பாங்க.

ஆங்கிலேய கப்பல் படைத்தலைவரான அந்த வெள்ளைக்காரர் தனது படகின் கொடிமரத்தைக்

கட்டுவதற்காக அருகிலுள்ள மன்னன் தேவன் பாறை அருகே மரங்களை வெட்டியிருக்காரு. அதுபக்கத்துல இருக்க கூடிய சிவன் கோவிலின் காவல் தெய்வம் செங்கிடாய்காரன் கோபம் கொண்டு படகின் கொடிமரத்தில் பருந்து வடிவத்துல ஏறியிருக்கு. அதைச் சுட்டவுடன் படகு கடல்ல மூழ்கிடுச்சாம். பிறகு வெள்ளைக்காரரின் ஆவி சிவன் கோவில் செங்கிடாய்காரன் கிட்ட வணங்குனதா தலவரலாறு சொல்லுது. அங்க சாமிவந்து ஆடும்போது படிக்காதவன் கூட 'மை டியர் டிவோட்டிஸ்ன்னு இங்கிலீஷ்ல பேசுவாங்க' என வினோத் சொல்லி முடிக்க மாத்தூர் தொட்டில்பாலம் வந்தது.

'என்ன, இங்க பலாப்பழம், அன்னாசி பழம்லாம் கட் பண்ணி வைச்சிருக்காங்க' என ஜெபா வினோத்திடம் கேட்டான்.

'இது இந்த ஏரியா பக்கத்துல அதிகமா கிடைக்கும். டூரிஸ்ட்களும் வாங்குவாங்கன்னு வைச்சிருக்காங்க' என சொல்லிக் கொண்டே காரைப் பார்க் செய்துவிட்டு வினோத் வந்தான். நண்பர்கள் மாத்தூர் தொட்டிப்பாலத்தில் ஏறினார்கள்.

'அடேங்கப்பா! என்னா உயரமா இருக்கு. கீழே பார்த்தா தலையே சுத்துதே' என பெனிட் வியந்தான்.

'இது தொட்டி வடிவத்துல இருக்கதால தொட்டிப்பாலமா?' என சுதன் கேட்டான்.

'ஆமா, ஆசியாவிலேயே மிகப்பெரிய தொட்டிப்பாலம் இதுதான். இது இரண்டு மலைக்கு இடையில கட்டியிருக்காங்க. அதாவது சிற்றாறு அணையில இருந்து வரக்கூடிய சிற்றாறு பட்டணங்கால்வாய் தண்ணீர் மணியன்குழி, திருநந்திக்கரை, குலசேகரம், செருப்பலூர் வரும்போது பரளியாற்றுல கலக்காமல் இருக்க இந்தப் பாலத்தைக் கட்டி இருக்காங்க' என வினோத் சொன்னான்.

'இது எத்தனை அடி உயரத்துல இருக்கு?' என செல்வன் கேட்டான்.

'104 அடி உயரம். கீழே பாலத்தைத் தாங்குற ஒவ்வொரு தூணும் 32 அடி, மொத்தம் 28 தூண்இருக்கு. பாத்து கீழே விழுந்துறாதீங்க' என்றான் வினோத்.

சுற்றி பச்சையான மரங்கள் இதமான காற்று, பாலத்தின் கீழே ஆற்றில் நீர் வேகமாகச் சாடி ஓடியது.

'இந்த மாத்தூர் தொட்டிப்பாலத்தை 1962 ஆம் வருசம் காமராஜர்தான் கட்டத் தொடங்கி வைச்சாரு. 1969 ஆம் வருசம் கட்டி முடிச்சாங்க. இப்போ டூரிஸ்ட் பிளேசாவும் மாறிடுச்சி. இந்த பாலத்தின் நோக்கம் விவசாயத்தைச் செழிக்க வைக்கணுங்கிறது தான்' என வினோத் சொன்னான்.

'வினோத், கீழே போயி பார்க்கலாமா?' என ஜெபா கேட்டான்.

'ஓ போலாமே. அதோ படிக்கட்டு இருக்கு' எனக் காண்பித்தான் வினோத்.

கீழிலிருந்து மேலாக பாலத்தின் அழகை ரசித்தனர். ஆற்றில் முகம் கழுவிவிட்டு,

'இந்த இடத்தை நான் காமராசு படத்துல பார்த்துருக்கேன்' என்றான் செல்வன்.

'ஆமா. அதே தான். பல படங்கள்லயும் வரும்' என்றான் வினோத்.

'சரி. அடுத்து திருவட்டாறு ஆதிகேசவ பெருமாள் கோவிலுக்குப் போலாம் வாங்க' என வினோத் கூப்பிட்டதும் அனைவரும், வந்து காரில் ஏறினார்கள். கார் திருவட்டாறு வந்து சேர்ந்தது. சுற்றிலும் ரப்பர் மரக் காற்று குளுமையை வருவித்துக் கொண்டிருந்தது. கோவில் அருகில் கார் நின்றது.

'என்ன கோவில் உயரத்துல இருக்கு?' எனக் கேட்டான் சுதன்.

'ஆமா பனிரெண்டடி உயரத்துல இருக்கு. குமரிமாவட்டத்துல உள்ள கோவில்கள்ல இதுதான் பெரிய கோவிலும் கூட' என்றான் வினோத்.

நீண்ட சுற்றுப்பிரகாரத்தில் நடந்தபடி பெரிய தூண்களையும், அதிலிருந்த பல்வேறு சிற்பங்களையும் ரசித்துக் கொண்டிருந்தனர்.

'இந்தக் கோவில் அமைப்பை போலத்தான் திருவனந்தபுரம் பத்மநாபசுவாமி கோவிலும் இருக்கும். திருவிதாங்கூர் மன்னர்கள் தான் கட்டிருக்காங்க' இதை என்றான் வினோத்.

‘ரொம்ப பழமையான கோவிலா இருக்கே. அப்போ ஒரு பெரிய வரலாறு இருக்குமே. வினோத் உனக்குத் தெரியுமா?. தெரிஞ்சா சொல்லு’ எனக் கேட்டான் பெனிட்.

‘கொஞ்சம் தெரியும். தெரிஞ்சத சொல்லுறேன். மலை நாட்டுப் பகுதியிலுள்ள வைணவத் திருப்பதிகள் பதிமூணுல இதுவும் ஒன்னு. கோவிலில் பள்ளிக்கொண்டிருக்கும் இறைவனின் பெயர் ஆதிகேசவப் பெருமாள்’ என்று சொல்லிக்கொண்டே கோவில் பிரகாரத்தில் அமர்ந்திருந்த ஒரு பெரியவரிடம், ‘அய்யா இந்தக் கோவில்ல என்ன விசேஷம்’ என்று வினோத் கேட்டான்.

‘மகாராஜா மார்த்தாண்டவர்மாவின் குலதெய்வமாகவும் இந்தக் கோவிலு இருந்துருக்கு. பிரம்மா, விஷ்ணுவை தரிசிக்க கஞ்ச ஸ்ரிங்கம் எனச் சொல்லக்கூடிய இடத்துல யாகம் செய்ஞ்சிருக்காரு. அகங்காரத்தால் விஷ்ணுவை உதாசீனம் செய்ய காத்திருந்திருக்காரு. விஷ்ணு பிரம்மாவிற்கு அறிவு புகட்ட நினைச்சாரு. பிரம்மாவின் நாக்கில் மாயமாய் அமர்ந்த சரஸ்வதி யாகமந்திர உச்சரிப்புகளை பிழையாகச் செய்தாளாம். அதனால யாகச் சடங்குகளும் பிறழ்ந்தனவாம். அந்த விபரீதத்தால் யாகத் தீயிலிருந்து தீபக்கேசி வடிவாகக் கேசன் என்ற அரக்கனும், கேசி என்ற அரக்கியும் பிறந்தாங்க. கேசியும், கேசனும் பிரம்மாகிட்ட போய் சாவில்லா வரம் வாங்கி மலைய பர்வத்தில் தங்கினாங்களாம். அப்போ அங்கு வாழ்ந்த கவுடில்யன் என்னும் வானர அரசனைக் கொன்னுட்டு அந்த இடத்தை அபகரிச்சாங்களாம். கேசன், தேவர்களையும், முனிவர்களையும் துன்புறுத்திருக்கான். கேசனின் தங்கச்சி கேசி ஒருதடவை இந்திரலோகம் போயிருக்கா. அங்க இந்திரனைப் பார்த்து அழகில மயங்கித் தன்னை கல்யாணம் பண்ணிக்க கேசி கேட்டுருக்கா. ஆனா இந்திரன் முடியாதுன்னு பிடிவாதமா இருந்துருக்காரு. அதனால பழிவாங்க நினைச்சிருக்கா.

தன் அண்ணன் கேசனிடம், இந்திரன் தன்னிடம் தவறாக நடக்க முயற்சித்தான் என பொய் சொல்லிருக்கா. கோபத்துல கேசன் இந்திரன் கூட போரிட்டு தோற்கடிச்சிருக்கான். பின்பு தேவலோகத்து ரம்பையர்களை சிறைப்பிடிச்சி சூரிய சந்திரர்களையும் அவமானப்படுத்தி இருக்கான். முப்பத்து

முக்கோடி தேவர்களும் ஒன்று கூடி விஷ்ணுவிடம் முறையிட்டு இருக்காங்க. விஷ்ணு கருடன் மேல வந்து கேசனுடன் போரிட்டுருக்காரு. ஆனாலும் கேசனை கொல்ல முடியல. அப்போதான் பராசக்தி பிரசன்னமாகி, கேசனை அழிக்க முடியாது. அவன் சாகாவரம் பெற்றவன். ஆதிசேஷன் அவனைச் சுற்றி வளைத்து அரண் கட்டட்டும். நீ அதன் மேல் சயனிப்பாய் என்று சொல்லிருக்கு. திருமாலும் அரக்கனை வீழ்த்தி ஆதிசேஷனின் அரவணையில் அடங்குமாறு செய்து அதன் மேல் படுத்துக் கொண்டிருக்காரு.

ஆதிசேஷனின் அணையில் கேசவன் அடங்கிவிட்டதைக் கண்ட கேசி கங்கை நதியைத் தியானிச்சுருக்கா. கங்கை இரண்டுநதிகளாகப் பிரிந்து ஆதிகேசவனை அழிக்க வந்துருக்கு. பூதேவி பரமன் இருந்த தலத்தை உயரும்படி அருள் செய்தாள். அதனால இரண்டு நதிகளும் பரமன் சயனித்த தலத்தைச் சுற்றி வந்திருக்கு. கேசி பெருமாளின் பெருமையை உணர்ந்து பணிந்திருக்கா. கேசன் எக்காலத்திலும் எழாமல் இருக்கவும் உலக சேமத்திற்காகவும் பகவான் ஆதிசேஷனின் மேல் பள்ளி கொண்டிருக்காரு. பெருமாளை அழிக்க கேசியால் கொண்டு வரப்பட்ட கங்கை நதியின் இருபிரிவுகளே கோதையாறாகவும், பரளியாறாகவும் ஆயின என்பது ஐதீகம்' என்றார் அவர்.

அவருக்கு நன்றி சொல்லிவிட்டு, கர்ப்பக்கிரகத்தையும், பலிபீடத்தையும் பார்த்து அங்கிருந்த சாமி சிலைகளின் கலை நுணுக்கங்களை கண்டு வியந்தபடியே கோவிலின் வெளியே வந்தனர். அருகே இருந்து சிறிய கடையில் இளநீர் குடித்துவிட்டு காரில் ஏறி பெருஞ்சாணி அணை நோக்கிப் பயணமானார்கள்.

'என்ன வினோத், இந்த ஏரியா ரொம்ப நிழலாவும், குளிர்ச்சியாவும் கிளைமேட்டே ரொம்ப வித்தியாசமா இருக்கே' என ஜெபா கேட்டான்.

'இங்க அதிகப்படியான ரப்பர் மரங்கள் இருக்கதால நிழலாகவும், அதிகமான மழை பெய்யுறதால குளிர்ச்சியாவும் இருக்கு' என வினோத் பதிலளித்தான்.

'அடுத்து எங்க போறோம்' என பெனிட் கேட்டான்.

ராம் தங்கம் | 125

‘பெருஞ்சாணி டேம்போறோம். அது நல்லாருக்கும், நான் படிக்கும்போது கல்வி சுற்றுலாவுக்கு இங்கதான் கூட்டிட்டு வருவாங்க’ என்றான் வினோத்.

‘என்னடா பைனாப்பிளை இப்படி வேலிக்கு வைச்சிருக்காங்க’ என சுதன் வியந்துக் கேட்டான்.

‘ஆமா. இங்க ரோஜா, பைனாப்பிள் வேலிக்குத் தான் வைப்பாங்க. அதுக்கு பிறகுதான் விற்பனைக்குப் போகும்’ என வினோத் சொன்னான்.

‘அதுல்லாம் சரி. உங்க நாகர்கோவில் மக்கள் பேசுறதுக்கும், இங்குள்ள மக்கள் பேசுறதுக்கும் ரொம்ப வித்தியாசமா இருக்கே. அதுஎப்படி?’ என ஜெபா கேட்டான்.

‘ஆமா. இங்க உள்ளவங்க கொஞ்சம் மலையாளம் கலந்து பேசுவது போல தெரியும். ஆனா நல்ல அழகான தமிழ்ச் சொற்கள் எல்லாம் இப்போ மலையாளத்துல இருக்கு. மலையாளம் தமிழ்ல இருந்து பிறந்தது தானே. அதான் அப்படி’ என்றான் வினோத்.

காரும் பெருஞ்சாணி அணை அருகே வந்தது. காரிலிருந்து இறங்கி அணையின் மேல்நோக்கி நடந்தனர். தண்ணீர் மீது காற்றுவீச தண்ணீரும் அணையின் சுவரை வந்து முத்தமிட்டுச் சென்றது.

‘குமரி மாவட்டத்துல உள்ள முக்கியமான அணைதான் இந்த பெருஞ்சாணி. சுமார் 50 லட்சம் ரூபாய் செலவில் கட்டப்பட்டது. இந்த அணையின் நீர்த்தேக்கம் 33.34சதுர மைல் பரப்பாகும். இந்த பெருஞ்சாணி அணை மூலமா சுமார் 6000 ஏக்கர் நிலம் பாசனம் பெறுது. இதன் கொள்ளளவு 72 அடி. 1948 ஆம் வருசம் கட்டத் தொடங்கி பத்து வருசத்துல கட்டி முடிச்சாங்க. கோதையாற்றின் நீர் இருந்ததால பரளியாற்றில் உள்ள உபரிநீரைச் சேமிக்க இதை கட்டுனாங்க. அணையின் மொத்த நீளம் 373 மீட்டர்’ என்றான் வினோத்.

எல்லாவற்றையும் சுதன் படம் பிடிக்க,

‘என்ன எல்லாத்தையும் கவர் பண்ணுறியா இல்லையா?’ எனக் கேட்டான் பெனிட்.

‘எல்லாத்தையும் சேத்துதான் எடுக்குறேன். சென்னையில போயி, இதை வீடியோவா போட்டு யூடியூப்ல, பேஸ்புக்ல

* திருவட்டாறு ஆதிகேசவ பெருமாள் கோயில்

போடணும் லைக்கும் ரொம்ப வரும்' என்று சுதன் சொன்னான்.

சூரியன் மறைந்துகொண்டிருக்க காரில் ஏறிக் கிளம்ப தயாரானார்கள்.

'இனி பக்கத்துல என்ன இருக்கு?' என ஜெபா கேட்டான்.

'திற்பரப்பு, பேச்சிப்பாறை அணை இருக்கு. அங்க போனா இப்போ ரொம்ப லேட் ஆகிடும். தக்கலையில் எங்க மாமா வீடு இருக்கு. அங்க தங்கிட்டு காலையில சுற்றிப் பார்க்கப் போலாம்' என்றான் வினோத்.

கார் புறப்பட்டு தக்கலையில் வினோத் மாமா வீட்டில் வந்து நின்றது.

'என்ன வினோத், எப்ப வந்த, இவங்கல்லாம் யாரு?' என வினோத் மாமா கேட்க,

'வந்து இரண்டு நாளாச்சிமாமா. இவங்க என் ப்ரண்ட்ஸ். நம்ம ஊரைச் சுத்திப் பார்த்துட்டு கல்யாணம் முடிஞ்சதும் போக வந்துருக்காங்க' என வினோத் சொன்னான்.

'சரி உள்ள வாங்க மாடியில இரண்டு ரூம் இருக்கு. அங்க தங்கிக்குங்க. இப்போ சாப்பிட்டுட்டு மேலே போங்க' என்றார் மாமா.

சாப்பிட்டுவிட்டு மேலே சென்று உடைகளை மாற்றினார்கள்.

'ஆமா. தக்கலையில பார்க்க ஒன்றுமில்லையா?' எனக் கேட்டான் செல்வன்.

'இங்க சிறப்பு வாய்ந்த பள்ளிவாசல் இருக்கு. ஷெய்க்கு பீர்முகம்மது அப்பா தென்காசி கணிகபுரத்தைச் சேர்ந்தவர். இவரது குடும்பத் தொழில் நெசவு. இவர் கி.பி. 15ம் நூற்றாண்டில் பிறந்துருக்காரு. குழந்தைகள் மீது மிகுந்த

பாசம் கொண்ட அவரு, அவர்களோடு அதிக நேரம் விளையாடி மகிழ்வாராம். அப்போது பெரிய குழி தோண்டி அதுல இறங்கி நின்று தன் மேலே மண்ணை போட்டு மூடும்படி சொல்வாராம். குழந்தைகளும் அப்படியே மண்ணை போட்டு மூடியதும் மண்மீது பழவகைகள் நிறைந்திருக்குமாம். குழந்தைகள் சாப்பிட்டுவிட்டு விளையாட சிறிது நேரத்துல குழிக்குள்ள இருந்து மேலே பீர்முகம்மது வந்துருவாராம்.

தன் மரணம் நெருங்கிவிட்டதை அறிந்த பீர்முகம்மது ஒரு ரம்ஜான் மாதம் 14ஆம் பிறை அன்றைக்கு குழந்தைகளை அழைத்து தன்னை குழிக்குள் வைத்து மூடும்படி சொன்னாராம். அப்படியே மூடிய குழந்தைகளுக்குப் பழங்கள் கிடைத்தன. ஆனால் பீர்முகம்மது வெளியே வராமல் குழிக்குள்ளோடு சமாதியாகி விட்டாராம். அந்த இடம் இப்போ தர்ஹாவா காட்சி தருது. திருவிழா நேரத்துல மக்கள் மத பாகுபாடு இல்லாம கலந்து சிறப்பிப்பாங்க.

காலையில 6 மணிக்கே எழும்பி திற்பரப்பு அருவிக்குப் போயிரலாம். அங்கேயே குளிச்சிரலாம்' என்றான் வினோத்.

உறங்கிவிட்டு காலையில் 6 மணிக்கு வினோத்தின் மொபைலில் அலாரம் ஒலிக்க அனைவரும் எழுந்து கீழே தங்கள் பேக்குகளுடன் வந்தனர்.

'என்ன வினோத் கிளம்பிட்டீங்களா?, குளிச்சிட்டு சாப்பிட்டுட்டு போகலாம்' என்றார் மாமா.

'இல்ல மாமா திற்பரப்புக்குப் போறோம். அங்க குளிச்சிட்டு அப்படியே சுத்திட்டுப் போயிருவோம்' என்றான் வினோத்.

'சரி பாத்து போயிட்டு வாங்க' என்று கூறினார் மாமா.

'மாமா போயிட்டு வாரோம்' என்று சொல்லிவிட்டு கிளம்பினார்கள்.

'திற்பரப்புனா அருவி மட்டும்தானா. இல்ல வேற ஏதாவது இருக்கா?' என சுதன் கேட்டான்.

'அருவியும் இருக்கு. அங்க மகாதேவர் கோவிலும் இருக்கு. இரண்டுக்குமே பெரிய வரலாறு இருக்கு' என வினோத் சொல்ல,

‘அப்படியா அந்த வரலாறச் சொல்லுடா’ எனக் கேட்டான் செல்வன்.

‘சரி, சொல்றேன். திற்பரப்பு ஊரில்தான் கோதையாறு மேலிருந்து கீழே இறங்குது. அதன் ஆற்றுப்படுகையில சுமார் கால் கிலோமீட்டர் நீளத்திற்கு முழுவதும் பாறையா தான் இருக்கும். அதனுடைய நீளமே 300 அடிக்கு மேல வரும். அங்க சுமார் 50 அடி உயரத்துல இருந்து தண்ணீர் அருவி போல வெள்ளியை உருக்கி விட்டது போல கீழ விழுது. அதைப் பார்க்கவே கொள்ளை அழகு. திற்பரப்பு அருவியை குமரியின் குற்றாலம்னே சொல்லுவாங்க. அதுக்கு பத்ரகாளி அருவின்னு ஒரு பெயரும் உண்டு. அங்க இருக்கிற திற்பரப்பு மகாதேவர் கோவில் ரொம்ப சிறப்பு வாய்ந்தது. சிவாலய ஓட்டம் நடைபெறும் 12 சிவாலயங்கள்ல அது மூன்றாவது சிவாலயம். அது கி.பி.9 ஆம் நூற்றாண்டிற்கு முன்னரே சைவ சமயத்தவரின் புனித இடமாக மகாதேவர் கோவில் இருந்துருக்கு. சேரநாட்டு கோவில்கள் வட்ட வடிவில் அமைக்கப்பட்டிருக்கும். அதுபோல இந்தக் கோவிலும் வட்ட வடிவில் அமைஞ்சிருக்கு’ என்று சொல்லிக் கொண்டிருக்கும் போது திற்பரப்பும் வந்து சேர்ந்தது.

ஆர்ப்பரித்துப் பாயும் வெள்ளத்தின் இரைச்சல் அதிகமாகக் கேட்டுக் கொண்டிருந்தது. சுற்றிப்பார்க்க உயர்ந்த மலைகளும், அடர்த்தியான மரங்களும் பச்சை பசேலென காட்சி தந்தது. காரை பார்க் செய்துவிட்டு அருவிக்குக் குளிக்கச் சென்றனர்.

‘டேய் எவ்வளவு அழகாக தண்ணி கொட்டுது பாரு. இந்த அருவிய பாக்குறது எவ்வளவு சந்தோஷமா இருக்கு. தண்ணிகூட ஜில்லுன்னு இருக்கு’ என்று சொல்லிக்கொண்டு அருவியில் குளிக்கத் தயாரானான் ஜெபா.

அவனைத் தொடர்ந்து அனைவரும் அருவியில் குளித்துவிட்டு அங்கிருந்த பூங்கா, படகு போக்குவரத்தையும் பார்த்துவிட்டு மகாதேவர் கோவிலுக்குச் சென்றார்கள்.

‘ஆமா. இந்தக் கோவிலைப்பற்றி நீ சொல்லிட்டு வந்தியே. அதை இப்போ சொல்லு’ என பெனிட் கேட்டான்.

‘அதாவது இந்தக் கோவில்ல இரண்டு பிரகாரங்கள் இருக்கு. முதல் பிரகாரத்துல 16 அடி நீளமும், 5 அடி

அகலமும், 10 அடி ஆழமும் கொண்ட ஒரு சுரங்கப்பாதை தான் பக்கத்துல உள்ள ஒரு குகையில் இருக்கக்கூடிய பத்ரகாளி கோவிலுக்குப் போற வழி. இரண்டாம் பிரகாரத்தில் அம்பாடி கிருஷ்ணன், முருகன் திருஉருவங்கள் இருக்கு. இந்த முகப்பு மண்டபத்தின் இருபக்கமும் அம்பாள் சன்னதி கிழக்குப் பக்கம் பார்த்து இருக்கு. பொதுவாக சிவாலயங்கள் கிழக்கு நோக்கியே அமைந்திருக்கும். ஆனா இங்க மேற்கு நோக்கியே அமைஞ்சிருக்கு. கோவில் மூலவரை வீரபத்திரன்னும் அழைப்பாங்க. இந்தக் கோவிலுக்குப் புராண கதையும் உண்டு. கந்தபுராணத்துல தக்கன் வதம் அழகாக சித்தரிக்கப்பட்டிருக்கும். சிவபெருமானுடைய இடது பாகத்தில இடம் கொண்ட உமாதேவி தம் தந்தையான தக்கன் நடத்திய யாகத்திற்கு விருந்தாளியாக நுழைய அனுமதிக்கப்படவில்லை. அதனால உமாதேவி கைலாயம் சென்று பரமனிடம் நடந்ததை சொல்லி வருந்தினார். அதைக் கேட்ட சிவபிரான் கோபத்தில் தன் நெற்றிக்கண்ணிலிருந்து வீரபத்திரனைத் தோற்றுவித்தார். உமாதேவி காளியென்னும் கொடூர பெண் உருவம் எடுத்தார். இருவரும் நேராகத் தக்கனிடம் வந்து அவன் நடத்திய யாகத்தை அழித்து, அவனது தலையை வெட்டி எறிந்தனர். இப்படி கோபம் கொண்ட இருவரும் கோபம் தணிய ஸ்ரீவிஷாலபுரம் என்கிற இந்த திற்பரப்பில் தியானத்திற்கு அமர்ந்தனர் என்றும் சொல்லுவாங்க.

இந்தக் கோவில்ல மகா தேவருக்கு தங்கத்துல செய்த விக்கிரகம் இருந்துருக்கு. முகமதியர் படையெடுப்பு நடந்தபோது, பயந்த மக்கள் தங்க விக்கிரகத்தை எடுத்து திருவட்டாறு ஆதிகேசவ பெருமாள் கோவில்ல கொண்டு வச்சிட்டாங்க. அது இப்பவும் அங்க கருவறையில தான் இருக்காம்' என்று சொல்லிக்கொண்டே கோவிலைச் சுற்றிக் காண்பித்தான் வினோத்.

அடுத்து அங்கிருந்து கிளம்பி பேச்சிப்பாறை அணை நோக்கிக் கிளம்பினார்கள்.

'இன்னும் பார்க்கக்கூடிய இடம் ரொம்ப இருக்குதா?' என ஜெபா கேட்டான்.

'ஆமா, ஏன் பார்க்க வேண்டாமா?' என்றான் வினோத்.

'வேற என்ன ஸ்பெஷலா இங்க இருக்கு சொல்லுடா?' என்றான் செல்வன்.

'குமரி மாவட்டத்துல மனித நேயத்துக்கும், மத நல்லிணக்கத்துக்கும் எடுத்துக்காட்டா, பள்ளியாடி பழையபள்ளித் திருத்தலம் இருக்கு. அந்தப் பள்ளியாடி ஊருக்கு இன்னொரு சிறப்பும் உண்டு. அது குமரியின் தந்தை எனப் போற்றப்படும் மார்ஷல் நேசமணி அவர்கள் பிறந்த ஊரும் கூட. இப்போ பழைய பள்ளித்திருத்தலம் அமைஞ்சிருக்க இடம். சுமார் 400 ஆண்டுகளுக்கு முன்னாடி காடாக இருந்துருக்கு. அங்க புலிகள் கூட்டமாகவும் வசித்துருக்கு. அதனால் அந்த இடத்துக்குப் புலிக்குட்டிவிளை என்கிற பெயரும் உண்டு. அந்தப் பகுதியை ஆளுகைக்கு எடுத்துக்கொண்ட குடும்பத்தினர் ஒரு புளியமரத்தின் அடியில் இருந்து கருங்கல்லில் எண்ணெய்விட்டு தீபம் ஏற்றித் தெய்வமாக வழிபட்டுருக்காங்க. அதன்பின்னர் நாளடைவில் அம்மை அப்பனைக் குறிக்கும் விதத்தில் இன்னொரு கருங்கல்லை மக்கள் அந்த இடத்தில் நட்டு வழிபட்டுருக்காங்க. பின்னாளில் அம்மையும், அப்பனுமாகத் தொழுத இந்த தெய்வத்தை பள்ளியப்பன் என பக்தர்கள் அழைச்சாங்க. அந்தப் பகுதியில் வைசூரி, காலரான்னு கொடிய நோய்கள் பரவத் தொடங்கிருக்கு. தினமும் நிறைய பேர் இறந்து போறத பார்த்து பயந்த மக்கள், பள்ளியப்பன் முன் சென்று முறையிட்டாங்களாம். அப்போது உயிர்ப்பலியைத் தடுத்து நிறுத்தினால் கஞ்சி காய்ச்சி தானம் செய்வதாக வேண்டிருக்காங்க. படிப்படியாக உயிர்ப்பலியும் நிற்கவே, மக்கள் மகிழ்ச்சியுடன் கஞ்சி காய்ச்சி அன்று முதல் இன்று வரை கஞ்சி தானம் பண்ணுறாங்க. இப்போது அது அன்னதானமாக சமபந்தி விருந்தாகவும் மாறிடுச்சி. அங்கு உருவ வழிபாடு இல்லை. பூஜை செய்ய பூசாரியும் இல்லை. அனைத்து மதத்தினரும் சாதி மத பாகுபாடின்றி சகோதரத்துடன் வழிபாடுறாங்க. மார்ச் 3வது திங்கட்கிழமை சமபந்தி விருந்து நடக்கும். அதுக்கும் மக்கள் அள்ளிஅள்ளிக்கொடுப்பாங்க' என்றான் வினோத்.

'ம்ம். நல்லாருக்கே. வேற இதுபோல இடங்கள் என்ன இருக்கு?' எனக் கேட்டான் சுதன்.

'பள்ளியாடி பக்கத்துல நட்டாலம் என்கிற ஊர் இருக்கு.

அங்க இரண்டு கோவில்கள் இருக்கு. ஒன்று சங்கர நாராயணன் கோவில். மற்றொன்று சிவன் கோவில். சங்கரநாராயணன் கோவில் வியாக்கிரபாத முனிவரால் கட்டப்பட்டது என்று சொல்லுறாங்க. அங்க மிகப்பெரிய தெப்பக்குளம் இருக்கு. அதன் மறுகரையில உள்ள சிவன் கோவில் பீமசேனரால் கட்டப்பட்டதுன்னும் சொல்லுறாங்க. பீமனுக்கும், புருஷமிருகத்துக்கும் அரியும் சிவனும் ஒன்றுதான் என்பதை உணர்த்த விரும்பிய கிருஷ்ணன் செய்த நிகழ்ச்சியே சிவாலய ஓட்டம் என்று சொல்லுறாங்க. பன்னிரு சிவாலயங்களில் 12வது சிவாலயம் தான் இந்த நட்டாலம். 12வது சிலையை பீமன் வைத்திட புருஷமிருகம் அதை வழிபட்டுவிட்டு மீண்டும் பீமனை துரத்திப் பிடித்துவிட்டது.

அப்போது பீமனின், ஒருகால் புருஷமிருகத்தின் எல்லையைக் கடந்துவிட்டது. என்னை விட்டுவிடு என்று பீமன் கூறினான். அப்போது அங்கு வந்த தருமனிடம் புருஷமிருகம் நீதி வழங்குமாறு கேட்டதாம். தருமன் தம்பி என்றும் பாராமல் புருஷமிருகத்திற்கே நீதி என்று தீர்ப்பளித்தானாம். புருஷமிருகம் மகிழ்ச்சி கொண்டு யாகத்திற்கு உதவுவதாக வாக்களித்தது. அப்போது கிருஷ்ணன் தோன்றி புருஷமிருகத்திற்கும், பீமனுக்கும் அரியும் சிவனும் ஒன்றே என்று உணர்த்தினாராம். அதுனால புருஷமிருகம் சங்கர நாராயணன் கோவிலைக் கட்டியதாம். கிருஷ்ணனின் பக்தனாகிய பீமன் சிவன் கோவிலைக் கட்டினான் என்று ஒரு கதையும் சொல்லுவாங்க. அந்தக் கோவிலின் வலதுபக்கம் குச்சரி மரம் என்ற ஒரு மரம் இருக்கு. அதன் அடியில் சப்த கன்னியர்கள் பகவதி அம்மனைச் சுற்றி இருக்கும் ஒரு சிறு கோவிலும் இருக்கு. அங்க பக்தர்களும் அதிக அளவில் சென்று வழிபடுகிறாங்க' என்று வினோத் சொல்லி முடிக்க பேச்சிப்பாறையும் வந்தது.

இயற்கையின் வனப்பில் அமைந்திருக்கும் பேச்சிப்பாறை அணையைக் கண்டார்கள்.

'சூப்பரா இருக்கு இந்த டேம். கோட்டையின் மதில்சுவர் போல அணையின் சுவர் இருக்கு' என உற்சாகமாகச் சொன்னான் ஜெபா.

• திற்பரப்பு மஹாதேவர் கோயில்

‘அணைக்குப் போறதுக்கு முன்னாடி இந்த பேச்சியம்மனை பார்த்துட்டு போங்க’ என தன் முன்னால் இருந்த கோவிலைக் காட்டினான் வினோத்.

‘என்ன இந்தக் கோவிலுக்கும் விசேஷம் இருக்கா?’ எனக் கேட்டான் சுதன்.

‘ஆமா. கி.பி.1896-ஆம் வருசத்துல இந்த அணையைக் கட்ட ஆரம்பிக்கும் போது பல இடையூறுகள் வந்துருக்கு. அப்படி ஒருநாள் இந்தப் பகுதியில இருக்குற பழங்குடியினர் என்று சொல்லுற காணி மக்களில் ஒருவரின் கனவில் தேவி தோன்றி அணையின் முன்பகுதியில் கோவில் கட்டி என்னை வழிபட்டால் அணை கட்டும் பணியில் உள்ள தடங்கல்கள் மாறிவிடும் என்று சொல்லிவிட்டு மறைஞ்சிட்டாராம். அப்போது தேவி இரண்டு காதுகளில் யானைகளை அணிந்து, கைகளில் வாள், சூலம் போன்ற ஆயுதங்களுடன் பயங்கரமாக காட்சியளித்தாராம். அந்த ஆதிவாசியும், அணை கட்டும் பணியில் இருந்த இன்ஜினியர் மிஞ்சினிடம் தேவியின் அருள்வாக்கைத் தெரிவித்தாராம். அப்போது அவர்கள் இந்தக் கோவில் அமைஞ்சிருக்கும் இடத்துல தீபம் ஏற்றி வழிபட்டுருக்காங்க. பின்னர் அணை கட்டும் பணியும் எவ்வித பாதிப்பின்றி வேகமாக நடத்திக்கட்டி முடிச்சிருக்காங்க. பின்னாளில் மக்கள் கற்சிலையைப் பிரதிஷ்டை செய்து தொடர்ச்சியாக பரணி நாளில் தேவிக்குத் திருவிழா நடத்திட்டு வர்றாங்க. வாங்க அணைக்குப் போகலாம்’ என்று அழைத்துக் கொண்டு சென்றான் வினோத்.

'இந்த அணையின் மொத்த நீளம் 42.5.51 மீட்டர். அதிகபட்ச நீர்நிலை 92.0.நீர்பிடி பரப்பளவு 77.4மீ. இந்த அணைய 1896 ஆம் வருசம் கட்ட ஆரம்பிச்சி 1906 ஆம் வருசம் கட்டி முடிச்சிருக்காங்க' என்றான் வினோத்.

'ஆமா. அதோ படகு நிக்குது எதுக்கு?' எனக் கேட்டான் பெனிட்.

'அது, அதோ தெரியுதே மலை, அங்க காணி பழங்குடியின மக்கள் வாழுறாங்க. அவங்க இங்க வந்து போறதுக்குப் பயன்படுத்துறாங்க. தங்களுக்கான பொருட்களை வாங்கவும், பள்ளிக்கூடத்திற்கு வரவும், தேர்தல் நேரத்துல வாக்களிக்கவும் வருவாங்க. இந்த காணி இன மக்களை வெள்ளாம்பிகள் என்றும் அழைப்பாங்க. தமிழ் உச்சரிப்பும், விருந்தோம்பலும் அவர்களின் பழக்கவழக்கங்களும் நம்மையே ஆச்சரியப்பட வைக்கும்' என்றான் வினோத்.

'வினோத் நாங்க காணி இன மக்களை பார்த்ததே இல்லை கூட்டிட்டு போவியா?' என ஆர்வமாகக் கேட்டான் ஜெபா.

'சரி. காளிகேசம் போகும்போது கூட்டிட்டுப் போறேன். அந்தப் பகுதியில இருக்க கிருஷ்ணன் காணி எனக்கு நண்பர் தான்' என்றான் வினோத்.

அணையின் அழகை ரசித்துவிட்டு சிதறால் மலைக்கோவில் நோக்கிப் பயணமானார்கள்.

'உண்மையில் இவ்வளவு வரலாறுகளை தெரிஞ்சி வச்சிருக்கது பெரிய விசயம்டா' என வினோத்தைப் பாராட்டினான் ஜெபா.

'ஆமா, நான் படிச்சது, கதை வழியா கேட்டதுன்னு மனசுக்குள்ள நிரம்பிக் கிடந்துச்சி. இப்போ நீங்க வந்துருக்கிறதால உங்களுக்குச் சுத்திக்காட்டி அதனுடைய வரலாறையும் சொல்லிட்டு வர்றேன்' என்றான் வினோத்.

'இது புதியதலைமுறை டிவில வருற கொஞ்சம் சோறு கொஞ்சம் வரலாறு மாதிரி. கொஞ்சம் சுற்றுலா கொஞ்சம் வரலாறு மாதிரி இருக்கு' என்றான் பெனிட்.

'வேற என்ன விசேஷமா இருக்கு?' எனக் கேட்டான் சுதன்.

'தக்கலையில இருந்து பள்ளியாடி போகிற வழியில் கேரளபுரம் என்கிற ஊர் இருக்கு. அங்க இருக்குற அதிசய

விநாயகர் கோவில் ரொம்ப பிரபலமானது. அங்கிருக்கும் நந்தி மண்டபத்தின் தூண்களில் ராமர், லட்சுமணர், குலசேகர ஆழ்வார், சேரமான் பெருமாள் திருவுருவச் சிலைகள் இருக்கு. அந்தக் கோவிலின் சிறப்பு வெளிப்பிரகாரத்தில் அமைந்துள்ள ஆலமரத்தின் கீழ் கோவில் கொண்டிருக்கும் விநாயகர்தான். அங்கிருக்கும் விநாயகர் சிலை ஆறுமாதம் கறுப்பாகவும், ஆறுமாதம் வெளுப்பாகவும் காட்சி தரும். இது இந்த விஞ்ஞான உலகத்தின் புதிராகவே இருக்கு. அந்த விநாயகரின் ஒரு கால் ஒடிந்து காணப்படும். அதுக்கு ஒரு கதையே இருக்கு எனத் தொடர்ந்து சொல்லத் தொடங்கினான் வினோத்.

அந்தக் கோவில் பூசாரி, பூஜையை முடித்துவிட்டு வேசி வீட்டுக்குப் போவதை வழக்கமாக வச்சிருக்காரு. அவரை ஒரு முதியவர் அடிக்கடி சந்தித்து அறிவுரை கூறியிருக்கார். ஆனா பூசாரி அதை காது கொடுத்து கேட்காம வேசி வீட்டுக்குப் போயிட்டே இருந்துருக்காரு. அப்படி ஒரு நாள் பூசாரி வேசி வீட்டுக்குச் சென்று கதவைப் பூட்டவே, முதியவர் கதவை தட்டினார். கோபம் கொண்ட பூசாரி முதியவரை கீழே தள்ளிவிட முதியவரின் கால் ஒடிந்து விட்டதாம். மறுநாள் காலையில் பூசாரி பூஜை செய்ய சென்றபோது விநாயகரின் ஒரு கால் ஒடிந்து இருப்பதைக் கண்டு வியப்பும், அச்சமும் அடைந்தாராம். அந்தப் பூசாரிக்கு அறிவுரை கூறிய முதியவர் விநாயகர் என்றே இப்போதும் நம்பப்படுது.

அடுத்து நாம இப்போ போகிற வழியில திக்குறிச்சி என்கிற ஊருல ஒரு சிவன் கோவில் இருக்கு. திருநெல்வேலி

மாவட்டத்துல இருந்து குமரி மாவட்டத்துக்கு வருகிற தாமிரபரணி ஆற்றின் கிளை நதி இருக்கிற குழித்துறை வழியா ஓடுது. அந்த நதிக்கரையின் கரையில் தான் கோவில் அமைஞ்சிருக்கு. கோவிலின் முன்புறம் ஆறும், மற்ற பக்கங்களில் எழில் கொஞ்சும் இயற்கை அழகும் மனதை கொள்ளை கொள்ளும். கோவிலின் முன்பு அரசமரமும், நாகமரமும் இருக்கு. முன்காலத்துல கொடிமரம் இருந்துருக்கு. ரொம்ப பழமையானதுனால முறிஞ்சி விழுந்துட்டு. அங்க பெரிய நந்தி ஒன்று இருந்ததாகவும், இப்போது அது ஆற்றினுள் கிடப்பதாகவும், அந்த ஊர் மக்கள் நம்புறாங்க. தண்ணீரில் மழைக்காலத்தில் வெள்ளப்பெருக்கு ஏற்படும்போது மூழ்கிவிடும். அப்போது கோவிலுக்குப் படகு மூலமா தான் போக முடியும். அது பன்னிரு சிவாலயங்கள்ல இரண்டாவது சிவாலயம்' என்று சொல்லி விட்டு காரை நிறுத்தி சிதறால் மலைக்கோவில் நோக்கி நண்பர்களை அழைத்துச் சென்றான் வினோத்.

கொஞ்ச தூரம் படிகளில் ஏறி நடக்க மலைக்கோவிலும் வந்தது.

‘இங்க பண்டைய காலத்துல சமணர்கள் வாழ்ந்துருக்காங்க’ என்று சொல்லிக்கொண்டே பகவதி கோவிலுக்கு அழைத்துச் சென்றான்.

கோவிலில் 16 கால் மண்டபத்தையும், மூன்று கருவறைகளையும், முக மண்டபத்தையும் பார்த்தார்கள்.

மூன்று கருவறைகளும் பத்மாவதி, மகாவீரர், பார்சுவநாதர் ஆகிய சமண கடவுளுக்காகக் கட்டப்பட்டது. இப்போது பத்மாவதிக்கான கருவறையில் பாவை விளக்கும் பலிக்கல் மட்டுமே இருப்பதையும், நடுவிலுள்ள கருவறையில் மகாவீரர் முக்குடையின் கீழ் சிம்ம பீடத்தின் மீது பத்மாசனத்தில் அமர்ந்து தியானம் செய்யும்போது அவரின் இருபுறமும் சாமரம் வீசும் அடியவர்களும் உள்ளனர் என்பதையும், மூன்றாவது கருவறையில் பார்சுவநாதர் நாகக்குடையின் கீழ் காயேத்சர்கத்தில் திகம்பரராக நிற்கிற காட்சியையும் காண்பித்தான் . 16 கால் மண்டபத்தில் உள்ள சிற்பங்களை ரசித்தனர்.

‘வாங்க, உறிஞ்சிப்பாறைக்குப் போலாம்’ என்று அழைத்தான் வினோத்.

கோவிலுக்கு வடக்கே அமைந்திருந்த உறிஞ்சிப் பாறைக்கு வந்தனர்.

‘இந்த சிறு துவாரம் வழியாக வாய் வைத்து உறிஞ்சினால் சுவைமிக்க நீர் வரும்’ என்றான் வினோத்.

ஒவ்வொருவராக பாறையின் துவாரத்தில் வாய் வைத்து சுவைமிக்க நீரை உறிஞ்சினர்.

‘இங்க கோடைகாலத்துலயும் நீர் வரும், தானாக ஒழுகிப் பாயாது, உறிஞ்சினால் மட்டுமே நீர் வரும் என்பதால் இதுக்கு உறிஞ்சிப் பாறைன்னு மக்கள் பெயர் வச்சிருக்காங்க’ என்றான் வினோத்.

‘அடுத்து எங்க போறோம்’ எனக் கேட்டான் செல்வன்.

‘பக்கத்துல இருக்கிற காளிமலைக்குத்தான். நேரம் வேற ஆகிட்டு இருக்கு. காளிமலைக்குப் போயிட்டு மார்த்தாண்டம் வந்து லாட்ஜில் ரூம் எடுத்து தங்கிட்டு காலையில குளச்சலுக்குப் போகலாம் சரியா?’ எனக் கேட்டான் வினோத்.

‘எங்களுக்கு என்ன தெரியும் நீ தான் கூட்டிட்டுப் போகணும்’ என்றான் ஜெபா.

‘சரி வாங்க. காளிமலைக்குப் போகலாம்’ என காரை நோக்கி நடந்து, காரை எடுத்துவிட்டு கிளம்பினார்கள்.

‘நாம போற காளிமலைக்கு இரண்டு வழியாகப் போகலாம். இது தமிழ்நாடு - கேரளா எல்லைப் பகுதியில் இருக்கதால திருவனந்தபுரத்தில் இருந்து வருபவர்கள் நெய்யாற்றின்கரை, வெள்ளறடை வழியா ஆறுகாணி வந்து காளிமலைக்கு வருவாங்க. நாம இப்போ போறது களியல் வழியாக காளிமலைக்கு. வெள்ளறடை, பன்றிமலை வழியாவும் செங்குத்தாக ஏறி காளிமலைக்குப் போகலாம். அந்தக்

● சிதறால் மலைக்கோவில்

கோவில் வரலாறு மன்னர் காலத்துல இருந்துதான் ஆரம்பிக்கும். திருவிதாங்கூர் மன்னர் மார்த்தாண்டவர்மா எட்டு வீட்டு பிள்ளைமார்களிடமிருந்து தப்பிக்க பல பகுதிகளுக்குப் போனாரு. அப்போ பத்து காணிக்கு வந்த மன்னர். மலை உச்சிக்குச் சென்றபோது அங்கு தாயும் மகனும் மன்னரை வணங்கி வரவேற்றுருக்காங்க. மன்னருக்கு தண்ணீர் குடிப்பதற்கு ஒரு கிணற்றையும், தங்குவதுக்கு ஒரு குகையையும் ஏற்படுத்தி இருக்காங்க. அதன்பின் வந்த காணிப் பழங்குடிகளிடம் மன்னர் நடந்தவற்றைக் சொல்ல அவர்கள் எவ்வளவு தேடியும் தாயையும், மகனையும் கண்டுபிடிக்க முடியவில்லை. அன்று இரவு மன்னன் உறங்கிக் கொண்டிருக்கும் போது கனவில் தாயும் மகனும், காளியும் சாஸ்தாவுமாக காட்சி தந்துருக்காங்க. பின்னாளில் அரியணை ஏறிய மன்னர் 200 ஏக்கர் நிலப்பரப்பில் கோவிலைக் கட்டி வணங்குவதற்கு வழி செய்துருக்காங்க. அங்க சபரிமலைக்குச் செல்வது போல விரதமிருந்து ஐயப்ப பக்தர்கள் இருமுடி கட்டுகளுடன் மலைக்குப் போறாங்க.

காளிமலை கடல் மட்டத்தில இருந்து 3000 அடி உயரத்துல இருக்கு. பொங்காலை வழிபாடு நடக்கும். அதுவும் பௌர்ணமி நாளில் காளிமலை வழிபாட்டு மையமாக மாறும். ஆயிரக்கணக்கில் வரும் பக்தர்களின் தொண்டையிலிருந்து வரும் குலவை சத்தம் விண்ணை முட்டும். இப்படி மலைமேல் பொங்கலிட்டு வழிபடுவது வேறு எங்குமே கிடையாது' என்றான் வினோத்.

கொஞ்ச நேரத்தில் காளிமலையும் வந்தது.

‘என்னடா இவ்ளோ உயரத்துல இருக்கு’ என பெனிட் கேட்டான்.

‘மலைக்கு மேலன்னா பிறகு எப்படி இருக்கும்’ எனப் பதிலளித்தான் ஜெபா.

சுற்றிலும் கண்ணிற்குக் குளிர்ச்சியான காட்டு அருவிகளின் இடையே, பறவைகளின் இன்னிசையும், குரங்குகளின் விளையாட்டுகளும் மனதை வருடியது. அங்கிருந்து விழிஞ்ஞும், களியக்காவிளை, கோவளம், நெய்யாற்றின்கரை போன்ற ஊர்களின் அழகைக் கண்குளிர ரசித்தார்கள்.

‘இங்க சமைக்கலாமா?’ எனக் கேட்டான் சுதன்.

‘ஆமா, சமைக்கலாம். ஆனா சைவ உணவுகளை மட்டும்தான் சமைக்க முடியும்’ என்றான் வினோத்.

‘சுயம்பு வடிவில் உள்ள கிணற்றை காட்டி இது காளிதீர்த்தம். கோடைக்காலத்திலும் இத்தீர்த்தம் குறையாது. நோய்களை குணமாக்கவும் செய்யுது. கங்கை நதிநீர் போல பலரும் இத்தீர்த்தத்தை வீடுகளில் சேமித்து வைக்கின்றனர். இந்தக் காளிமலையில மூலஸ்தானமாக இருப்பது தர்மசாஸ்தா, அதுவும் சுயம்புவாகக் காட்சி தருறாரு. அவருக்குப் பக்தர்கள் இருமுடிகட்டி நெய் அபிஷேகம் செய்து வழிபடுறாங்க’ என்றான் வினோத்.

சூரியன் கொஞ்சம் கொஞ்சமாக மறைந்து இருட்டிவிட காரில் ஏறி மார்த்தாண்டம் நோக்கிப் பயணமானார்கள்.

• காளிமலைப் பயணம்

மார்த்தாண்டம் வந்து லாட்ஜில் ரூம் எடுத்து தங்கினார்கள்.

'வாங்க! சாப்பிட்டுவிட்டு வரலாம்' என்று வினோத் அழைத்தான். வெளியே வந்து ஓட்டலில் சாப்பிட்டுவிட்டுச் சென்றனர். அதன் பிறகு கொஞ்ச நேரம் பேசிவிட்டு படுத்து உறங்கி காலையில எழும்பி குளச்சல் செல்ல தயாரானார்கள்.

'இந்த மார்த்தாண்டம் ஊருக்கு நீ சொன்ன மகாராஜா மார்த்தாண்டவர்மா பெயரை தான் வச்சிருக்காங்களா?' என செல்வன் கேட்டான்.

'இல்ல. மகாராஜாவின் தளபதி மார்த்தாண்டம் பிள்ளையின் நினைவாக தான் மார்த்தாண்டம்ன்னு பேரு வச்சிருக்காங்க. நான் ஏற்கனவே சொன்ன தமிழர் பகுதிகளைத் தாய் தமிழகத்தோடு இணைக்கும் போராட்டத்துல 1954 ஆம் வருசம் ஜூலை 9ஆம் தேதி நேரடி போராட்டத்தை அதிகப்படுத்திய குஞ்சன்நாடார். ஆகஸ்ட் 11–ஆம் தேதிதமிழர் விடுதலை நாளாகக் கொண்டாடும்படி வேண்டுகோள் விடுத்துருக்கிறாரு. இந்தப் போராட்டத்தை அடக்கி ஒடுக்க திருவிதாங்கூர் - கொச்சி முதலமைச்சர் பட்டம் தாணுபிள்ளை பல முயற்சிகளையும் மேற்கொண்டிருக்கிறாரு. அப்போது மார்த்தாண்டத்துல நடந்த ஊர்வலத்துல போலீசார் அத்துமீறி துப்பாக்கியால் சுட்டுருக்காங்க. அதுல ஏழு தமிழர்கள் பிணமாக விழுந்தாங்க. அதுபோல பக்கத்துல இருக்குற புதுக்கடை என்னும் ஊர்லயும் நாலு தமிழர்கள் துப்பாக்கியால் சுடப்பட்டு இறந்துருக்காங்க' என்று சொல்லி அதன் நினைவாக வச்சிருக்குற நினைவுகளை காந்தி மைதானம் அழைத்துச் சென்று காண்பித்தான் வினோத்.

நினைவுத் தூணிற்கு மரியாதை செய்துவிட்டு காரில் குளச்சல் நோக்கி நட்டாலம் வழியாகப் பயணமானார்கள்.

'இந்தத் தென்திருவிதாங்கூரின் சடங்குகளும், வழிபாடுகளும் 2,000 வருசங்கள் பழமையானது. சிலப்பதிகாரத்துல கன்னியாகுமரி புனித நீராடும் துறையாகவும் இருந்த செய்தி இருக்கு. கி.பி.5 ஆம் நூற்றாண்டுல பிராமணர் குடியேற்றமும் இங்க அமைஞ்சிருக்கு. அவர்கள் குடியேறிய இடங்கள் பிரம்மதேயம் என அழைக்கப்பட்டிருக்கு. புதுக்கடை பக்கத்திலுள்ள பார்த்திவ சேகரபுரம், சுசீந்திரம், அகஸ்தீஸ்வரம், பறக்கை, புரவசேரி, கன்னியாகுமரி,

● பத்மாவதி, மகாவீரர், பார்சுவநாதர்

முன்சிறைன்னு 40க்கும் மேற்பட்ட ஊர்கள் பிரம்மதேயமாக இருந்துருக்கு. பிரம்மதேய சான்றுகள் பெருமளவில் இருந்த ஊர்களையே பிற்காலத்தில் பிரம்மதேயமாகவும் அறிவிச்சிருக்காங்க. அங்கே வேதங்களும் கற்பிக்கப்பட்டிருக்கு' என்று வினோத் சொல்லிக் கொண்டிருக்கும் போது, கார் கருங்கலை தாண்டி குளச்சல் சாலையில் விரைந்தது.

'புதுக்கடை பக்கத்திலுள்ள கலிங்கராஜபுரம் என்கிற ஊர்ல பூமியில புதைந்து கிடந்த கோவிலைக் கண்டுபிடிச்சி வழிபாடு நடத்திட்டு வாராங்க. அந்த ஊர் மேற்கு கடற்கரைப் பகுதியை ஒட்டியே தான் இருக்கு. ஊருக்கு நடுவில் மண்திட்டில் கோதேஸ்வர மகாதேவர் கோவில் அமைஞ்சிருக்கு. கோதச்ச பிள்ளை என்கிற முனிவர் அமைத்த கோவிலுன்னும், அவரது சமாதி கோவிலுன்னும் சொல்லுறாங்க. அந்தக் கோவில் பகுதி 100 வருசங்களுக்கு முன்பு மணலால மூடப்பட்டு இருந்திருக்கு. 1922 ஆம் வருசம் வரை மணலால் முழுவதும் மூடப்பட்டு மேடாய் இருந்துருக்கு. அந்த ஆண்டு ஒருமுறை பெரிய மழை பெய்துருக்கு. அப்போது மணல் திட்டில் ஒரு கும்பம் தெரிஞ்சிருக்கு. அதை அந்த ஊரைச் சேர்ந்த ஒருவர் கும்பம் இருந்த பகுதியைச் சுற்றி தோண்ட அது போய்க்கொண்டே இருந்துருக்கு. அந்த நேரத்துல ஊர்ல பாலதண்டாயுத சாமி என்கிற ஒரு துறவி ஊர்மக்களின் உதவியோடு மணலைத் தோண்டி கடற்கரையில் போட்டுருக்காரு.

1922 ஆம் வருசம் முதல் 1975 ஆம் வருசம் வரை நடந்த வேலையில 60 அடி நீளமும், 40 அடி அகலமும் கொண்ட

● குஞ்சன் நாடார்

முழுமையான பழுதில்லாத கோவிலைக் கண்டுபிடிச்சி இப்போதும் வழிபடுறாங்க என்று வினோத் சொல்லிக் கொண்டிருக்கும் போது எதிரே மீன்லோடு ஏற்றி வந்த வாகனம் கடக்க,

'குளச்சல் வந்துட்டோமா?' என ஜெபா கேட்டான்.

'ஆமா' என்று சொல்லிக் கொண்டே குளச்சல் துறைமுகம் நோக்கி காரைத் திருப்பி போர் நினைவுத்தூண் அருகில் நிறுத்தினான். நினைவுத்தூண் முன்பு புகைப்படம் எடுத்துக் கொண்டார்கள்.

'1941ஆம் வருசம் சித்திரைத் திருநாள் மகாராஜா காலத்தில்தான் சங்கு முத்திரையுடன் இந்தத் தூண் நிறுவப்பட்டு பராமரிக்கப்பட்டு வருது' எனச் சொல்லிக்கொண்டே கடற்கரைக்குச் செல்ல நண்பர்களை அழைத்தான் வினோத்.

கடற்கரையினை நெருங்கநெருங்க காற்றில் வந்த கடல்நீர் சாரல்கள் முகத்தை நனைத்தது.

'டேய் வினோத்! அதோ ஒரு கப்பல் தெரியுது. அது இங்கயா வருது' எனக்கேட்டான் ஜெபா.

'இல்ல. அது சர்வதேச எல்லையில போய்க்கிட்டுருக்கு. ஆனா 16 முதல் 18ஆம் நூற்றாண்டு வரை ஆங்கிலேய வியாபாரிகளுக்குத் தேவைப்படும் பொருட்களுக்காகவும், செப்பனிடவும் கப்பல்கள் செல்லக்கூடிய துறைமுகமாகவும் குளச்சல் இருந்துருக்கு. அப்போ வெளிநாட்டுக் கப்பல்கள் அடிக்கடி வந்துபோயிருக்கு. இந்த குளச்சல் துறைமுகம் இயற்கையாகவே கப்பல் வந்து போவதற்கான அமைப்பினை கொண்டிருக்கு. இங்கிருந்து மீன், உப்பு போன்றவையும் ஏற்றுமதி ஆகியிருக்கு' என்று சொல்லிக்கொண்டே துறைமுகம் அமையவிருக்கும் இடத்தின் வேலை நடப்பதைக் காண்பித்தான் வினோத்.

'என்ன பிடிச்சுட்டு வர்ற மீனை எல்லாம் எதுக்கு அந்தக் கட்டடத்துக்கு கொண்டு போறாங்க' என செல்வன் கேட்டான்.

‘அங்கதான் மீன்களை ஏலம் விடுவாங்க. அதன் பின்புதான் ஏற்றுமதி ஆகும். அதை ஏலத்தில் பிடிக்கத்தான் இவ்வளவு கூட்டம் நிற்குது’ என்று ஏல கூடத்திற்கு முன்பு நின்ற மக்கள் கூட்டத்தைக் காண்பித்தான் வினோத்.

சிறிதுநேரம் கடற்கரையில் விளையாடிவிட்டு மேற்கு சாலையில் மண்டைக்காடு நோக்கிப் பயணமானார்கள். மண்டைக்காடு பகவதி அம்மன் கோவில் அருகே கார் நின்றது. இறங்கி கோவிலுக்குள் சென்றனர்.

● குளச்சல் வெற்றி தூண்

‘நாம பாத்த அவ்வையார் அம்மன் கோவில்ல கேரளா பெண்கள் வழிபடுறது போலவே இங்கேயும் கேரளாகாரங்க பொங்கலிட்டு வழிபடுறாங்களே!’ என ஆச்சரியமாகக் கேட்டான் சுதன்.

‘இந்தக் கோவில் 1982-ஆம் வருசம் நடந்த மதக் கலவரத்திற்குப் பிறகே பிரபலமாச்சி. இந்தக் கோவிலை புத்த துறவிகளுடன் இணைத்தும் கருத்து சொல்லுவாங்க. கேரள மாநிலம் கொல்லத்திலிருந்து மண்டைக்காடு வந்த யோகினி ஒருத்தி கடற்கரையில தவம் இருந்தாங்களாம். அப்படி இருந்த இடத்தில் வளர்ந்த புற்று பிற்காலத்தில் வழிபாட்டுக்கு வந்துருக்கு. அந்த யோகினியை கொல்லத்தம்மச்சின்னும் சொல்லுவாங்க. அவங்க மண்டைக்காடு ஊருக்கு வந்தபிறகு இந்த ஊர் வளம் பெற்றதாகவும் அவங்கள வழிபடுறாங்க. இன்றும் கொல்லத்திலிருந்து இங்க அதிக பக்தர்கள் வர்றாங்க. இந்தக் கோவில் விழா சடங்குகளில் பல சாதியினருக்கும் தொடர்புண்டு. விழாவில் அம்மன் வாகனத்தை சுமக்கும் பொறுப்பு கீழக்கரை பிடாகை கிருஷ்ணன் வகை சாதியினருக்கு வலிய படுக்கை சாதத்தைப் பெற்றுக் கொள்ளவும் உரிமை உண்டு. ஒடுக்கு பூஜை படைப்புச்சோறு கொன்னக்கோடு நாயர் குடும்பத்துக்கும், கொடிமர கயிற்றைக் கொடுக்கும் உரிமை நாடாருக்கும், தூக்க

நிகழ்ச்சியில் விஸ்வகர்மாவினருக்கும் பங்கு உண்டு. இப்படி ஒரு நடைமுறை குமரி மாவட்டத்தில் வேற எங்கேயும் இல்ல. இங்க திருவிழா பெரிய அளவில நடக்கும்.நேர்ச்சை வழிபாடும் இங்க ரொம்ப விசேஷமானது' என்றான் வினோத்.

கோவிலைச் சுற்றிப் பார்த்துவிட்டு காரில் ஏறி முட்டம் நோக்கி விரைந்தார்கள். மணவாளக்குறிச்சி பாலத்திலிருந்து வலதுபுறமாக கடியப்பட்டிணத்திற்கு வினோத் காரைத் திருப்பும் போது,

'இது என்ன ஆறா எங்க போகுது?' என்று ஜெபா கேட்டான்.

'ஆமா, ஆறுதான். இதன் பேரு வள்ளியாறு. இந்த ஆறும் துணை ஆறாகிய தூவலாறும் வேளிமலையில் உற்பத்தியாகி பி.பி.கால்வாய்லருந்தும் அதன் பிரிவு கால்வாய்களிலிருந்தும் ஓடைநீர்களை வாங்கிக்கொண்டு மணவாளக்குறிச்சி வழியாக அரபிக்கடல்ல கலக்குது' என்று சொல்லிக் கொண்டிருக்கும் போதே ஓங்கி பாறையின் மீது அடிக்கும் கடலலையின் ஓசை கேட்டது.

கடற்கரை அருகே சின்னசின்னப் பாறைகள், இதமாக வீசும் கடல்காற்றை ரசித்துக் கொண்டே முட்டம் செல்ல மேட்டில் கார் ஏறியது. அப்போது இடதுபுறம் கலங்கரை விளக்கும், வலதுபுறம் நீண்டு கிடக்கும் அழகிய கடற்கரையும் கண்ணில் தென்பட்டது.

'சென்னை சத்தியபாமா கல்லூரி நிறுவனர் ஜேப்பியார் இந்த ஊரைச் சேர்ந்தவர்தான். இந்த முட்டம் மீன்பிடித் தொழிலை மையமாகக் கொண்டுதான் செயல்படுது. இங்க அலைகள் கொஞ்சம் பெரிதா தான் அடிக்கும்' என்று சொல்லிக்கொண்டே காரை நிறுத்தினான் வினோத்.

அனைவரும் கடலை நோக்கி ஓடினார்கள்.

'முட்டம் ரயில்வே ஸ்டேஷன் எங்கே இருக்கு?' என்று சுதன் கேட்டான்.

'முட்டத்தில ரயில்வே ஸ்டேஷன் கிடையாது. கடலோர கவிதைகள் படத்துல முட்டம் ரயில்வே ஸ்டேஷன்னு காட்டி இருப்பாங்க' என்றான் வினோத்.

'பாறைகள் நிறைந்த கடற்கரையும், மேடு பள்ளமான நிலப்பரப்பும், வடமேற்கில் செம்மண் அகழியுமாக

முட்டத்தின் இயற்கை அமைப்பு அழகாக இருக்கு' என்றான் ஜெபா.

'இங்க நிறையப் படங்கள் எடுத்துருக்காங்க. அதோ தெரியுதே ஆலயம், சுமார் 100 வருட பழமையான சகல புனிதர் கத்தோலிக்க ஆலயம்' என்று வினோத் சொல்லிக் கொண்டிருக்கும் போது, வினோத்தின் தோளில் ஒரு கை விழுந்தது. யார் எனத் திரும்பிப் பார்க்க வினோத்தின் நண்பர் கடிகை ஆன்றனி.

'அட.... ஆன்றனி எப்படி இருக்கீங்க. என்ன திடீரென வந்திருக்கீங்க?' என வினோத் கேட்டான்.

'நமக்கு வீடு கடியப்பட்டணம் தானே. போகும்போது உங்களைப் பாத்தேன். அதான் வந்தேன்' என்றார் ஆன்றனி.

'ஓ அப்படியா! இவங்க என் ஃப்ரெண்ட்ஸ். நம்ம ஊரைச் சுத்திப் பார்க்க வந்துருக்காங்க. அப்புறம் தங்கச்சி மேரேஜ் கண்டிப்பா வரணும்' என்று காரிலிருந்து திருமண அழைப்பிதழை ஆன்றனியிடம் கொடுத்து, நண்பர்களையும் அறிமுகப் படுத்தினான்.

'நண்பா. இந்த லைட் ஹவுஸ் எப்படி வந்திச்சு?' என ஜெபா, ஆன்றனியிடம் கேட்டான்.

'இந்த லைட் ஹவுசுக்குப் பெரிய வரலாறு இருக்கு. தமிழ்நாட்டிலேயே முதன்முதல்ல கட்டுன லைட் ஹவுஸ் இதுதான். ஆங்கிலேயர் காலத்துல 18ம் நூற்றாண்டுல லைட் ஹவுஸ் அமைக்க முட்டத்தை தேர்வு செய்தாங்களாம். 1875 ஆம் வருசம் வேலைகள் துவங்கி 1882 ஆம் வருசம் இந்த முட்டம் லைட் ஹவுஸ் செயல்பட த்தொடங்கிச்சு. அதன் பிறகுதான் 1887 ஆம் வருசம் மகாபலிபுரத்திலயும், மணப்பாட்டுலயும் ஆங்கிலேயர்கள் லைட் ஹவுஸ் கட்டினாங்க. இந்த முட்டம் லைட் ஹவுஸ் செங்குத்தான பாறை மேல தான் இருக்கு. கரண்ட் வருவதற்கு முன்புவரை அதிக சக்திகொண்ட பெட்டர்மாஸ் லைட் தான் பயன்பாட்டுல இருந்துருக்கு. இந்த லைட்ஹவுசை பார்க்கிறதுக்கு 2012 ஆம் வருசம் முதல் சுற்றுலாப்பயணிகள் அனுமதிக்கப்படுறாங்க. இந்தியாவில முதன்முதலாக 13 கலங்கரை விளக்கங்கள் தான் சுற்றுலாப் பயணிகள் பார்ப்பதற்கு அனுமதிக்கப்பட்டது. அதில் இந்த முட்டம் லைட் ஹவுசும் ஒன்று' என்றார் ஆன்றனி.

'பரவாயில்லையே!. உங்க மாவட்டத்துல எல்லோருக்கும் வரலாறு தெரிஞ்சுருக்கே' என்று சிரித்தான் பெனிட்.

'சரி, நீங்க நல்லா சுத்திப்பாருங்க நான் கிளம்புறேன்' என்று கூறி விடைபெற்றார் கடிகை ஆன்றனி.

கலங்கரை விளக்கம் சென்று அதன்மீது ஏறிப் பார்த்துவிட்டு காரில் நாகர்கோவில் நோக்கிப் பயணமானார்கள். கார் அம்மாண்டிவிளை, வெள்ளிச்சந்தை, ஆசாரிபள்ளம், மாவட்ட ஆட்சியர் அலுவலகம் வழியாக கல்லூரி சாலையில் உள்ள வினோத்தின் வீட்டின் முன்பு வந்து நின்றது.

'வாங்க! வாங்க! இரண்டு நாளா நல்லா சுத்தினீங்களா?' என வினோத்தின் தங்கை வினோதினி கேட்க,

'ஆமா. எல்லா இடமும் சுற்றிப் பார்த்தாச்சி' என்றான் ஜெபா.

'இல்ல. இன்னும் ஒரு நாள் இருக்கு' என்றான் வினோத்.

'இன்னும் எங்க போகணும்?' எனக் கேட்டாள் வினோதினி.

'கீரிப்பாறை, காளிகேசம், உலக்கை அருவின்னு அந்தப் பக்கமா போகணும்' என்றான் வினோத்.

வீட்டிற்குள் சென்று மேல்மாடியில் வினோத் தனது புத்தக அலமாரியைத் திறக்க

'என் லைப்ரரியை வந்து பாருங்க' என அழைத்தான்.

'இவ்வளவு புத்தகங்கள் நீ படிச்சியா, ஆச்சரியமா இருக்கு! எல்லாம் வரலாறு சார்ந்த புத்தகங்களாக இருக்கே?' எனக் கேட்டான் ஜெபா.

'எங்களுக்கு கொஞ்ச நேரம் படிக்க புத்தகம் தா' எனக்கேட்டான் சுதன்.

'உங்களுக்கு தேவையான புத்தகத்தைப் பார்த்து எடுங்க' என்றான் வினோத்.

'நேரமாச்சி, சாப்பிட வாங்க' என அம்மா அழைக்க,

'இன்னும் கொஞ்ச நேரத்துல வர்றோம்' என பதிலளித்தான் வினோத்.

படித்து முடித்துவிட்டு கீழே சென்று சாப்பிட்டுவிட்டு உறங்கினார்கள். காலையில் எழுந்து குளித்துவிட்டு சாப்பிட்டவுடன் சுற்றிப் பார்க்க தயாரானார்கள்.

'அம்மா, நைட் வந்துருவோம்' என்று சொல்லிக்கொண்டு காரில் கிளம்பினார்கள்.

வடசேரி வழியாக அசம்பு ரோட்டைத் தாண்டி புத்தேரி மேம்பாலத்தில் ஏறி கார் நின்றது.

'என்னாச்சி' எனக் கேட்டான் ஜெபா.

'வெளியே வாங்க. வந்து இந்த அழகை பாருங்க' என்றான் வினோத்.

கண்ணுக்கெட்டிய தொலைவில் மலைகள், பச்சையான மரச் செடிகள், வளமான வயல்வெளிகள், நீண்டு கிடக்கும் குளம் அதன் நடுவே தண்டவாளம் என ரம்மியமாகக் காட்சி தந்தது.

'சிட்டிக்குள்ள இப்படியும் ஏரியா இருக்கா' எனக் கேட்டான் பெனிட்.

'இது சிட்டி இல்ல. சிட்டிக்கு வெளியே தான். சரி வாங்க போகலாம்' என்று அழைத்துக் கொண்டு கிளம்பினான் வினோத்.

'இந்த ஊரு பேரு புத்தேரி. நயினார் வண்டிமலை யோகிசுவரமுடையார் என்ற யோகி இங்கு வாழ்ந்து ஈஸ்வர தன்மை அடைஞ்சிருக்காரு. அந்த யோகியின் சமாதியைச் சுற்றிப்புற்று எழுந்து 18 அடி உயரம் வரை வளர்ந்துருக்கு. இதை கண்ட இப்பகுதி மக்கள் யோகியின் மகிமையை அறிந்து வழிபட்டுருக்காங்க. அந்த இடத்தைப் புற்றேற்றி எனவும் அழைச்சிருக்காங்க. நாளடைவில் அது புத்தேரியாக மாறிப்போச்சி. இதுதான் அந்தக் கோவில்' என காரில் இருந்தபடியே வலதுபுறம் இருந்த கோவிலைக் காண்பித்தான் வினோத்.

கார் இறச்சக்குளத்தை நெருங்க வலதுபுறமாக சென்ற சாலையைக் காண்பித்து,

'இப்படி போனா எழுத்தாளர் நாஞ்சில் நாடனின் ஊர் வீரநாராயண மங்கலம் வரும். இந்தப் பகுதிகள் எல்லாம் பண்டைய பாண்டியர் ஆட்சியின் கீழ் இருந்திருக்கு. பாண்டிய மன்னர்களின் பெயர்களான வரகுணன், வீரநாராயணன், பூதப்பாண்டியன் என்கிற பெயர்களாலேயே ஊர்கள் இருக்கு' என்று சொல்லிக்கொண்டே காரை ஈசாந்திமங்கலம் சாலையில் ஓட்டினான் வினோத்.

‘பொதுவா ஆலமரம், அரசமரம், வேப்பமரம், புளியமரம் பேருல தான் மரங்களை கேள்விப்பட்டிருப்பிங்க. ஆனா தொல்காப்பியர் மரம்ன்னு ஒன்னு இருக்கு’ என்று ஒரு பெரிய மரத்தின் அருகே காரை நிறுத்தினான்.

‘ஓ, இதுதானா அந்த மரம்?’ எனக் கேட்டான் ஜெபா.

‘எப்படி கண்டுபிடிச்ச’ என்று வினோத் கேட்டான்.

‘அதான் அதோ போர்டே வைச்சிருக்கே’ என்றான் ஜெபா.

‘இந்த மரத்தின் பெயரே நீர்மருது, தொல்காப்பியர் குமரிமாவட்டத்தில பிறந்ததின் நினைவாக தொல்காப்பியர் மரம்ன்னுபேரு வச்சிருக்காங்க. இதை வனத்துறை பராமரிச்சிட்டு வருது’ என்றான் வினோத்.

அதனையும் புகைப்படம் எடுத்துக்கொண்டான் சுதன்.

‘சரி வாங்க பூதப்பாண்டி கோவிலுக்குப் போகலாம்’ என்று நண்பர்களை அழைத்துக் கொண்டு கிளம்பினான் வினோத்.

‘பூதப்பாண்டி சிவன்கோவில். குமரிமாவட்டத்தில் உள்ள பெரிய கோவில்களுள் ஒன்று. இங்க பெரிய தேர்த்திருவிழாவும் நடக்கும். இந்த ஊருக்கு 2000 வருடத்திற்கு முந்தைய வரலாறு வரை உண்டு. இவ்வூரைப் பற்றிய புராணக்கதைகள் கேரளாப்பத்தி, கேரளா மகாத்மியம் போன்ற மலையாள நூல்களும் சொல்லுது. பூதராய பாண்டிய பெருமாள் என்பவன், பூதப்பாண்டி ஊர் சபையின் தேர்தல் நடந்தபோது பிராமணர்களை ஒதுக்கி வைத்தானாம். அதனால கோபங்கொண்ட பிராமணர்கள் பெரிய யாகம் நடத்தி ஒரு பூதத்தை உருவாக்கி அந்த பாண்டியனை கொன்றார்களாம். அவனை புதைத்த இடத்தில் ஒரு சிவன் கோவிலைக் கட்டினார்கள் என்று கேரளாப்பத்தி நூல் சொல்லுது. வேணாட்டு மன்னர் காலத்துலயும் இந்த ஊர்ச் சிறப்பு பெற்று இருந்துருக்கு’ என்று பூதப்பாண்டி கோவிலுக்கு அழைத்துச் சென்று காண்பித்தான் வினோத்.

‘இந்த ஊருக்கு இன்னொரு சிறப்பும் உண்டு. அது தோழர் ஜீவா பிறந்த ஊர் என்பதுதான்.. மாவட்ட போக்குவரத்துக் கழகங்களுக்கு தலைவர்கள் பெயர் வைக்க வேண்டும் என்றபோது ஈரோடு மக்கள் ஜீவாவின் பெயரை இன்முகத்தோடு ஏற்றுக்கொண்டார்கள் இப்படி அவரைப் பற்றி சொல்லிக்கொண்டே போகலாம். நாமும் இப்போ

போகலாம்' என்று சிறமடம் எம்பெருமான் கோவில் போக அழைத்தான் வினோத்.

கார் தெரிசனங்கோப்பிலிருந்து இடதுபுறமாக சிறமடம் நோக்கிச் செல்ல வாட்ஸ்புரம் என்கிற ஊரின் பெயர் பலகை தென்பட்டது.

'இது என்ன வாட்ஸ்புரம். எல்லா ஊருமே தமிழ்ப்பெயருல இருக்கு. இதுமட்டும் எப்படி இங்கிலீஷ் பெயரில இருக்கு' என்று கேட்டான் செல்வன்.

'1925 ஆம் வருசம்முதல் 1929 ஆம் வருசம் வரை திருவிதாங்கூர் திவானாக இருந்த எம்.இ.வாட்ஸ், பிரசிடெண்ட் சிவதாணுபிள்ளை என்கிற தியாகியின் நண்பர். அவரு நாகர்கோவில் நகரசபை தலைவராகவும், சட்டசபை உறுப்பினராகவும் இருந்தாரு. திவான் வாட்ஸின் நினைவாக ஒடுக்கப்பட்ட மக்களுக்கு இந்த வாட்ஸ்புரம் என்கிற கிராமத்தைத் திறந்துவைத்தாரு. தெரிசனங்கோப்பில் திவான் வாட்ஸ் ஒரு நூலகத்தையும் திறந்து வைத்திருக்காரு' என்று வினோத் சொல்லி முடிக்க கார் எம்பெருமான் கோவில் முன்பு வந்தது.

சுற்றிலும் வயல்வெளிகள், மலைகள் என பச்சையாகக் காட்சியளிக்க, ஒரு கூட்டம் கொக்குகள் பறந்து வந்து வயலில் இறங்கின. கோவிலைப் பார்த்தனர். ஒரே அமைதியான சூழலில் அமைந்திருந்தது. ஒருவர் கோவிலிலிருந்து வெளியே வந்தார். அவரிடம் 'சார் இந்தக் கோவில் எப்போ கட்டுனாங்க. இதோட வரலாறை தெரிஞ்சுக்கலாமா?' என்று கேட்டான் வினோத்.

'இந்த சிறமடம் எம்பெருமான் கோவில் வேளிமலை அடிவாரத்துல இருக்கு. மலையிலிருந்து ஒரு செப்புக்குடம் உருண்டு வந்து குறிப்பிட்ட இடத்தில் நின்றதாம். அதில் சங்கு சக்கர அடையாளம் தோன்றிருக்கு. அந்த இடத்துல தான் இந்தக் கோவில் கட்டபட்டிருக்கு. கோவில்ல கருவறை, அர்த்த மண்டபம், முன் மண்டப திறந்த வெளிப்பிரகாரம் என அழகுற அமைஞ்சிருக்கு. இங்க மூலவர் நின்ற கோலத்துலயும், இருபுறமும் ஸ்ரீதேவி, பூதேவியும் இருக்காங்க. இங்கு பரிவார தெய்வமான ஆவுடையம்மையைக் கன்னி என அழைப்பது மரபு' என்றார் அவர்.

‘இது பக்கத்துல வேற என்ன விசேஷம்?’ எனக் கேட்டான் சுதன்.

‘அமைதியான சூழல். கண்ணுக்குக் குளிர்ச்சியான பச்சைநிறம், இதமாக வீசும் காற்று, நெரிசலற்ற போக்குவரத்து, பார்க்கிற இடமெல்லாம் மலையும், மரமும் இதுதான் இந்தப் பகுதியின் சிறப்பு. சரி நீங்க கோவிலுக்குப் போங்க’ என்று சொல்லி விட்டு கிளம்பினார் அவர்.

கோவிலைப் பார்த்துவிட்டு உலக்கை அருவி நோக்கிப் பயணமானார்கள்.

‘நாம போற வழியில அழகிய பாண்டியபுரம்ன்னு ஒரு ஊர் இருக்கு. அங்க அழகிய நம்பிகோவில் என்கிற கிருஷ்ணன் கோவில் இருக்கு. அந்தக் கோவில் தொடர்பான வாய்வழி செய்தி என்னன்னா, அந்தப் பகுதியில வாழ்ந்த பிராமணர் ஒருவர் அவ்வூரின் மலையின் மறுபக்கம் உள்ள திருக்குறும்குடிக்கு நம்பியை வழிபட செல்வாராம். பிராமணர் கனவில் ஊர் பெரியகுளம் கரையில் சங்கு சக்கரதாரியான சிற்பம் கிடக்குது. அதை எடுத்து வழிபடுமாறு செய்தி கேட்டுருக்கு. அவரும் அப்படியே செய்தாராம்’ என்று காரை உலக்கை அருவி செல்லும் தூவச்சி வழியில் நிறுத்தினான் வினோத்.

‘என்னாச்சி பாதி வழியில நிக்குற’ எனக் கேட்டான் ஜெபா.

‘இதுக்கு மேல நடந்துதான் போகணும். துண்டு வச்சிருக்கதை எடுத்துட்டு வாங்க’ எனஎல்லோரையும் அழைத்தான் வினோத்.

வினோத்தைப் பின்தொடர்ந்து நண்பர்களும் நடக்க வழியில் குறுக்கும், நெடுக்குமாகக் குரங்கு கூட்டங்கள் நின்றுக் கொண்டிருந்தது.

‘என்னடா இங்க ரோடு கிடையாதா?. இப்படி பாறை மேல நடக்க வைக்கிறியே’ எனக்கேட்டான் செல்வன்.

‘இங்க ரோடுலாம் கிடையாது. இது பாரஸ்ட்ஸ் பகுதி. இன்னும் கொஞ்சம் தூரம்தான். நாம போற உலக்கை அருவி இயற்கை அருவி. எல்லா மாசமும் தண்ணீர் வந்துகிட்டே தான் இருக்கும். அதிகமான சுற்றுலாப் பயணிகளும் வருவாங்க. நாம இப்போ நடக்கிறதே ஒரு மலையேற்ற பயிற்சி தான்’ என்று சொல்லிக்கொண்டே சுற்றிலும் இருந்த பசுமை

● தொல்காப்பியர் மரம்

மாறாக்காடுகளை காண்பித்தான் வினோத்.

மேல ஒரு சிறுகோவில் கண்ணில் தென்பட்டது. அதனருகே தண்ணீர் கொட்டும் சத்தமும் கேட்டது.

'வாங்க இதுதான் உலக்கை அருவி' என அருவியைக் காண்பித்தான் வினோத்.

'சின்னதா இருந்தாலும் நல்லா அழகா இருக்கு, வாங்க குளிக்கலாம்' எனக் கூப்பிட்டான் பெனிட்.

'பார்த்து ட்ரெஸ் எல்லாம் ஒரே இடத்துல கழற்றி வைங்க. குரங்குகள் எங்கேயாவது தூக்கிட்டுப் போயிரப்போகுது' என்றான் வினோத்.

குளிக்க நீர்த்தேக்கத்தில் இறங்கினர். தண்ணீர் ஐஸ்கட்டியை உருக்கி வைத்தது போல் குளுமையாக இருந்தது. சிறுசிறு மீன்களும் காலருகே வட்டமிட்டன. அருவியில் விளையாடி குளித்துவிட்டு இறங்கத் தொடங்கினார்கள்.

‘உலக்கை அருவி வரைக்கும் நல்ல ரோடு வசதியிருந்தா நிறைய பேரு வருவாங்க. இப்போ பசங்க மட்டும் தானே காடு வழியா நடந்து வர முடியுது’ என ஜெபா சொன்னான்.

காரில் ஏறி பாலமோர் சாலையில் பயணமானார்கள். சாலையின் இருபுறமும் ரப்பர் காடுகள், உயரமான தேக்கு மரங்கள் என்று பார்த்துக் கொண்டிருக்கும்போது, கார் எட்டாமடை, தடிக்காரன்கோணம் தாண்டி பால்குளம் அருகே சென்றது. உடனே ஒரு குளுமையான வானிலை மாற்றம். அப்படி, சென்று கொண்டிருக்கையில் சாலையின் இடதுபுறம் கூவைக்காடு மலை என்கிற பெயர் பலகை தெரிய இடதுபுறமாகக் காரைத் திருப்பினான் வினோத். கார் மலைப்பாதையில் வளைந்து வளைந்து சென்றது. வண்டுகளின் ரீங்கார ஒலி காதைக் கிழிக்க, ஓடையில் நீர் ஓடுகிற சத்தம் கேட்டுக்கொண்டே இருந்தது.

‘என்னடா காட்டுக்குள்ளேயே போற’ எனக் கேட்டான் செல்வன்.

‘இல்ல. இது கூவைக்காடு மலைப்பகுதி காணி இன பழங்குடியினர் வாழுறாங்க. நீங்கதான அவங்களை பார்க்கனும்னு சொன்னீங்க. அதான் போறோம்’ என்றான் வினோத்.

காரை ஓரமாக நிறுத்திவிட்டு தனது நண்பர் கிருஷ்ணன் காணியின் வீட்டை நோக்கி வினோத் நடக்க அவனை நண்பர்கள் பின் தொடர்ந்தார்கள்.

வாசலில் நின்று விறகு வெட்டிக் கொண்டிருந்தார் கிருஷ்ணன் காணியின் மனைவி.

‘இங்க வாங்க. அதோ வினோத் வாராரு’ என தன் கணவனை அழைத்தாள்.

‘என்ன வினோத், எப்படி இருக்கீங்க, இங்க வந்து ரொம்ப நாளாச்சுதே’ எனக் கேட்டார் கிருஷ்ணன் காணி.

ஜெபா, கிருஷ்ணனை மேலும் கீழுமாகப் பார்த்துக் கொண்டிருந்தான்.

‘நல்லா இருக்கேன். இந்தப்பக்கம் வந்தோம். அப்படியே உங்களையும் பாத்துட்டுப் போலாம்னு வந்தேன்’ என்றான் வினோத்.

‘சரிசரி. உள்ளே வாங்க’ என்று அழைத்துவிட்டு,

சிறமடம் எம்பெருமான் கோவில்

'எல்லாருக்கும் தேயிலைக் கொண்டு வா' என மனைவியிடம் சொன்னார் கிருஷ்ணன் காணி.

'தேயிலையா எதுக்கு?' என சுதன் கேட்டான்.

'அதான் தம்பி டீ. நாங்க தேயிலைன்னு சொல்லுவோம்' என்றார் கிருஷ்ணன் காணி.

டீயை குடித்துக் கொண்டிருக்கும்போதே 'வள்ளுவர் பொத்தைக்குப் போகனும் அண்ணா' என்றான் வினோத்.

'இப்போ, மழை வேற சாரல்லடிக்கு. இப்போ போனா எப்படி? திடீரென பெரிய மழை வந்துட்டுனா?' எனக் கேட்டார் கிருஷ்ணன் காணி.

'வள்ளுவர் பொத்தையா அப்படினா என்ன?' என ஜெபா கேட்டான்.

'வாங்க காட்டுறேன்' என தன் வீட்டிலிருந்து அருகேயுள்ள மாடன் கோவில் பக்கம் அழைத்துச் சென்றார்.

'அதோ தெரியுதே. அது வள்ளுவன் பாறை. அது வள்ளுவத்தி பாறை. எங்க முன்னோர்கள் காலத்துல இங்க ஒரு ஆணும் பெண்ணுமா வந்துருக்காங்க. அந்த ஆளு நல்ல உசரமா இருந்துருக்காரு. தன்னை வள்ளுவன்னும் சொல்லி இருக்காரு. அதுக்கப்புறம் மேல போயி இந்தப் பாறையில தவம் பண்ணிருக்காங்க. அங்க ஒரு பாதசுவடு இருக்கு. அதை வள்ளுவர் பாதம்னு சொல்லுவோம்' என்று கிருஷ்ணன் சொல்லிக் கொண்டிருக்க மழையும் சற்று வேகமெடுத்தது.

'பின்னாடி படிப்படியா அது வள்ளுவப் பாறைன்னும், வள்ளுவர் பொத்தைன்னும் பேராயிடுச்சி. அங்க முன்னாடி பூசைக்குப் போகும்போது தேனும், தினைமாவும் கொண்டு

● உலக்கை அருவி

படைச்சி வழிபடுவோம். அப்படி வழிபட்டுட்டு வரும்போது சோவ்னு மழை பெய்யும். நான் சின்ன புள்ளையா இருக்கும்போது மழை வரலன்னா மேல போயி நிறையபேர் கூட சேர்ந்து சின்ன சின்ன பாறைகளை உருட்டிக் கீழ விடுவோம். உடனே மழையும் வரும். இப்போ யாரும் மேலே போறதுமில்லை' என்றார் கிருஷ்ணன் காணி.

சுற்றிலும் ரப்பர், மா, கொல்லாம் மரம், பலா எனச் சூழ்ந்திருந்தது. சில பலாப்பழமும், கொல்லாம் பழமும் கீழே விழுந்து கிடந்தன.

'சரி, மழை வர்ற மாதிரி இருக்கு. நாங்க கிளம்புறோம்' என்று கூறி விடைபெற்றான் வினோத்.

'என்னடா, பாத்தா நம்மளை போல டிரஸ் எல்லாம் போட்டுருக்காரு. ரொம்ப நல்லாப் பேசுறாரு' என. பெனிட் கேட்டான்.

'ஆமா. அவங்களும் இப்போ நல்லா முன்னேறிட்டு வர்றாங்க' என்றான் வினோத்.

காரை எடுத்துக்கொண்டு வாழையத்துவயல் தாண்டி கீரிப்பாறை நோக்கிச் சென்றனர். சாலையின் இடதுபுறம் மட்டுமே வீடுகள் இருந்தன. போய்க் கொண்டிருக்கும்போது வீடுகளின் பின்னால் ஆறு ஓடுவது போல தெரிந்தது.

'ஏய், அங்க என்ன ஆறா போகுது?' எனக் கேட்டான் ஜெபா.

‘ஆமா. பரளியாறு அது’ என்றான் வினோத்.

‘பக்கத்துல போகலாமா?’ என செல்வன் கேட்க, கீரிப்பாறை போலீஸ் ஸ்டேஷன் இடதுபுறம் இருந்த பாதையில் ஆற்றை நோக்கிக் காரைத் திருப்பி நிறுத்தினான்.

‘வாவ். சூப்பரா இருக்கு. ஒரு ஹில் ஸ்டேஷன்ல இருக்கது போல இருக்கு’ என பெனிட் சொல்லிக்கொண்டிருக்கும் போது, ஜெபாவும், வினோத்தும் ஆற்றில் முகத்தைக் கழுவினார்கள்.

சுற்றிலும் பச்சைப் பசேலென பட்டு உடுத்திய மலைகள். அதனை முத்தமிட்டுச் செல்லும் மேகங்கள், தூரத்தில் மின்னும் மின்னல்கள், லேசான சாரல் மழை என மனதை கொள்ளை கொண்டது கீரிப்பாறை. புகைப்படம் எடுத்துக் கொண்டிருக்கும்போது ஒரு பெரியவர் இவர்களை நோக்கி அருகில் வந்தார்.

‘என்ன தம்பி வெளியூரா?, எந்த ஊரு?’ எனக் கேட்டார்.

‘நாகர்கோயிலுதான் சார்’ எனப் பதிலளித்தான் வினோத்.

‘சரி சரி. மழை வருது. பாத்து நில்லுங்க. காட்டாத்து வெள்ளம் எப்போ அதிகமா வரும்ன்னு சொல்ல முடியாது’ என அவர் கூறிக் கொண்டிருக்கும் போது, அவர் சொல்வதைக் கேளாமல் புகைப்படம் எடுப்பதிலேயே ஆர்வமாக இருந்தார்கள்.

‘மச்சான். இப்போ எடுத்த போட்டோவ எல்லாம் ஊட்டி, கொடைக்கானல்ல எடுத்ததுன்னு போட்டா எல்லோரும் நம்பிடுவாங்க’ என சிரித்துக் கொண்டே சொன்னான் செல்வன்.

‘ஆமா ஆமா அப்படித்தான் இருக்கு’ என்றான் ஜெபா.

மீண்டும் அந்த பெரியவர், ‘தம்பி நல்லா விளையாடுங்க. இதோ இந்த மரத்திலருக்க ஆணியை மட்டும் புடுங்கிறாதீங்க. ஏன்னா பேய் புடிச்சவங்க மேல இருந்த பேயை இந்த ஆணி மூலமா அடிச்சி இந்த மரத்துல வச்சிருக்காங்க அதுதான் சொன்னேன். ஆணிய புடுங்கிறாதீங்க’ என்றார்.

எல்லோரும் ஒரு நிமிடம் அதிர்ச்சியோடு அவரைப் பார்க்க,

‘என்னது பேயா’ எனக்கேட்டான் வினோத்.

‘ஆமா’ என்று கூறிக்கொண்டு கிளம்பினார் பெரியவர்.

‘சரிதான். அப்போ நாமும் கிளம்பிடுவோம்’ என்று வினோத் சொல்லிக் கொண்டு இருக்கும்போதே,

‘ஏய் எல்லோரும் சீக்கிரமா மேல வாங்க’ என ஒரு போலீஸ்காரர் கூப்பிட்டார்.

அவரை நோக்கி அனைவரும் ஓடினார்கள்.

‘என்ன சார், கூப்பிட்டிங்க?’ என்று வினோத் கேட்டான்.

‘ஆத்துல நீரோட்டம் அதிகமாகுது, நீங்க இறங்கிடக் கூடாதுன்னு கூப்பிட்டேன்’ என்றார் போலீஸ்காரர்.

‘ரொம்ப தேங்க்ஸ் சார்’ என்று சொல்லிவிட்டு காரை எடுத்துக் கொண்டு காளிகேசம் நோக்கிச் சென்றார்கள்.

கீரிப்பாறை செக் போஸ்டை நெருங்க, ஒரு வனக்காவலர் காரை நிறுத்தச் சொல்லி ‘எங்க போறீங்க’ எனக் கேட்டார்.

‘காளிகேசத்துக்கு சார்’ என வினோத் சொல்ல,

‘மதுபானம் ஏதும் கொண்டு போகக் கூடாது’ என வனக்காவலர் சொன்னார்.

‘அப்படி ஏதும் இல்ல சார்’ என வினோத் சொன்னான்.

‘மேல எஸ்டேட் போணும்ன்னா லெட்டர் இருந்தா தான் போகமுடியும். சரி மழை பெய்யுது தண்ணீல இறங்காம பாத்துட்டு சீக்கிரம் வந்துருங்க’ என சொன்னார் வனக்காவலர்.

‘சரி சார்’ என்றான் வினோத்.

‘என்னடா என்னாச்சி’ என ஜெபா கேட்டான்.

‘இல்ல. இது வனத்துறைக்குச் சொந்தமான ஏரியா. அதுக்குமேல தனியார் எஸ்டேட் மாறாமலை, பாலமோர்ன்னு இருக்கு’ என்று வினோத் சொன்னான்.

அதற்குள் காளிகேசமும் வந்தது. காளியம்மன் கோவிலுக்குச் சில பக்தர்கள் வந்து கிளம்பிக் கொண்டிருந்தனர். காளிகேசம் ஆற்றைக் கடந்ததும் சாலை இரண்டாகப் பிரிந்தது. அதில் மாறாமலைக்குச் செல்லும் பாதையில் பயணித்தனர்.

‘என்னடா, இங்க என்னருக்கு நாம எங்க போறோம்?’ என செல்வன் கேட்டான்.

‘குமரியின் கொடைக்கானலுக்கு’ என்றான் வினோத்.

‘அது எந்த ஊர்டா?’ என பெனிட் கேட்டான்.

‘மாறாமலை. சூப்பரா இருக்கும்’ என்றான் வினோத்.

சாலை வளைந்து வளைந்தே சென்றது. ஊசிக்கொண்டை வளைவுகளில் வளைய வளைய பரந்து விரிந்த பெருஞ்சாணி அணையின் அழகு கண்ணில் தென்பட்டது.

‘என்ன வினோத். எதுமே பேசாம வார என்னாச்சி?’ என ஜெபா கேட்க,

‘காரை எப்படி ஓட்டிட்டு வர்றேன். இப்போ பேசுனா எல்லோரும் என்ன ஆவோம், மாறாமலைக்குப் போயிட்டு பேசலாம். அதுவரை இயற்கை அழகை ரசிச்சிட்டே வாங்க’ என்றான் வினோத்.

கொஞ்சநேர பயணத்தில் மாறாமலையும் வந்துவிட அங்கு கொடைக்கானல் போலபனிச் சூழ்ந்த குளிர் காலநிலை நிலவியது.

‘வாவ் கிளைமேட் சூப்பரா இருக்குல. அதோ அங்க பாருங்க பச்சைப்பட்டு உடுத்திய பள்ளத்தாக்குகள், மலைகள்’ எனக் காண்பித்தான் வினோத்.

‘இவ்வளவு அழகாக இருக்கே. இங்க மக்கள், வரமாட்டாங்களா?’ என ஜெபா கேட்டான்.

‘மேற்கு தொடர்ச்சி மலையின் சிகரப் பகுதிதான் இந்த மாறாமலை. இது கடல் மட்டத்திலிருந்து 2600 அடி உயரத்துல இருக்கு. விண்ணைத் தொட்டு நிற்கும் மலைமுகடுகள், கைக்கு எட்டிய தொலைவில் வந்துபோகும் மேகங்கள், மலையில் தவழ்ந்து ஓடும் அருவிகள், பச்சையான தேயிலை, கிராம்பு தோட்டங்கள்’ என மாறாமலையைத் தன் வார்த்தைகளால் மேலும் அழகு சேர்த்தான் வினோத்.

‘நாம காளிகேசம் ஆற்றைக்கடக்கும்போது இன்னொரு பாதை பிரிஞ்சதே. அது பாலமோர் எஸ்டேட்க்குப் போறது. அங்க ஜாதிக்காய், கிராம்பு, நல்லமிளகு அதிகம் விளையும். மாறாமலையும், பாலமோரும் தென்திருவிதாங்கூர் மலைகள் என ஆங்கிலேயர் ஆட்சிக்காலத்துல பெயர் வச்சிருக்காங்க. இது அவங்க தங்குற இடமாகவும் இருந்துருக்கு. இங்க முதன்முதல்ல 1950ஆம் வருசம் ஸ்காட்லாந்தைச் சேர்ந்த ஜான்கிராண்ட் தலைமையில வந்து தங்கிய ஐரோப்பியர்கள் தேயிலை, காபியையும் பயிரிடச் செய்தாங்க. பிறகு குமரிமாவட்டத்தில இருந்தும், தமிழ்நாட்டின் பல பகுதிகளில இருந்தும் வேலைக்கு ஆட்களை அழைச்சிட்டு வந்துருக்காங்க. அப்படி வந்த தொழிலாளர்களுக்கு ஒரு

மருத்துவமனையும் கட்டிக் கொடுத்துருக்காங்க. இங்க வனவிலங்குகளின் நடமாட்டம் அதிகமாவும் இருக்கும்' என்றான் வினோத்.

'அதோ அங்கிருக்க கல்லறை யாருடையது' என செல்வன் கேட்டான்.

'வாங்க பக்கத்தில போயி பார்ப்போம்' என அழைத்து வந்து,

'இது ஜான்கிராண்டின் கல்லறை. இவரை ஒரு ராஜ நாகம் கடித்துவிட தன் நாயையும், குதிரையையும் சுட்டுவிட்டுத் தானும் இறந்துட்டாராம். இப்போ இந்தப் பகுதிகள் தனியார்கிட்ட இருக்கு' என்றான் வினோத்.

சிறிதுநேரம் சுற்றிப் பார்த்துவிட்டு காளிகேசம் நோக்கி வந்தனர்.

'சரி ஆற்றுல குளிக்கலாமா?' என ஜெபா கேட்டான்.

'ஓரமா நின்னு குளிப்போம். உள்ளே தள்ளிப் போக வேண்டாம். சீக்கிரம் குளிச்சுட்டுப் போகலாம்' என்றான் வினோத்.

குளியலைக் காளிகேசத்தில் போட்டுவிட்டுக் கிளம்பி பால்குளத்தைத் தாண்ட காலநிலையும் மாறியது.

'பயோனியர் குமாரசாமி என்பவருடைய எஸ்டேட் இங்கதான் இருக்கு. அவருதான் முதன் முதலா நாகர்கோவிலுக்கு பஸ் விட்டவரு. பல கல்வி நிலையங்களும், தியேட்டர்களும் அவர் பெயருல இருக்கு' எனச் சொல்லிக்கொண்டே வந்தான் வினோத்.

எல்லாவற்றையும் பார்த்துவிட்டு வீட்டிற்கு வந்துச் சேர்ந்தார்கள்.

சாப்பிட்டுவிட்டு, 'நாளைக்கு மண்டப வேலைகளைப் பாக்கணும். சமையல் சாதனம் வாங்கணும்' என லேசாக முணுமுணுத்தான் வினோத்.

நண்பர்களும் திருமண வேலைகளில் கூடமாட ஒத்தாசை செய்தார்கள். திருமணம் முடிந்ததும் வினோதினியோடும், கணவரோடும் சேர்ந்து போட்டோ எடுத்தார்கள்.

வினோதினியும் கணவன் வீட்டிற்குச் சென்றுவிட, சாயங்காலம் மாப்பிள்ளை வீட்டுக்குச் செல்லும் மறுவீடு

• காளிகசேம்

சடங்கிலும் கலந்துக் கொண்டு, மறுநாள் காலையில் சென்னைக்குச் செல்லத் தயாரானார்கள்.

காலையில் ஏதோ பதற்றம். எதையோ பறி கொடுப்பதுபோல இருந்தார்கள்.

தங்கள் பொருட்களை மாடியிலிருந்து கீழே கொண்டு வந்து காரில் வைத்தார்கள்.

'எல்லோரும் வாங்க. சாப்பிட்டுட்டு போலாம்' என்றாள் அம்மா.

சாப்பிட்டுக் கையைக் கழுவிவிட்டு, 'அம்மா நாங்க போயிட்டு வர்றோம்' என்று கண்கலங்கக் கூறினார்கள்.

'என்னாச்சு. அடுத்து வினோத் கல்யாணத்துக்கு வரத் தானே போறீங்க, அப்புறம் என்ன கண்ணு கலங்குது. சரி பார்த்துப் போயிட்டு வாங்க. காரை மெதுவா ஓட்டுங்க. அவசரம் வேண்டாம்' என அம்மா சொல்லி அனுப்பினாள்.

'அம்மா நான் காவல்கிணறு வரை கொண்டு விட்டுவிட்டு வர்றேன்' என்றான் வினோத்.

'கல்யாணத்துல நீங்க போட்ட சாப்பாடு ரொம்ப பிரமாதமா இருந்துச்சு' என்றான் பெனிட்.

'எங்க மாவட்டத்துல கல்யாண வீடுகளுல சரியான முறையில வந்தவங்கள கவனிக்கலனா கோபத்தில சாப்பிடாமக் கூட போயிருவாங்க. எல்லா விஷேஷத்துக்கும் இனிப்பும், காரமும், புளிப்பும் என வகைவகையான உணவு

உண்டு. பாயாசத்திலயே முப்பது வகைக்கு மேல உண்டு. சக்கை பாயாசம், அடை பாயாசம், பால் பாயாசம், சேமியா பாயாசம் சிறுபருப்பு பாயசம், ஏத்தன் பழம்பாயாசம்னு பட்டியலே பெருசு. சரி எப்படிடா இருக்கு எங்க மாவட்டம்' என்று காரை ஓட்டிக் கொண்டே கேட்டான் வினோத்.

'ரொம்ப நல்லா இருக்கு. இங்க இவ்வளவு விஷயம் இருக்கறதே தெரியாது' என்றான் சுதன்.

'இதுக்கு மேலயும் இருக்குடா. அடுத்த தடவ வரும் போது இன்னும் பாக்கலாம்' என்ற வினோத் பேசிக்கொண்டே காரை காவல்கிணறு ஜங்ஷனில் நிறுத்தி விட்டு

'சரிடா நேரா போங்க. ஒரே ரோடுதான். போயிட்டு போன் பண்ணுங்க. நான் இரண்டு மூணு நாளுல வந்துருவேன்' என்று நண்பர்களுக்கு விடை கொடுத்தான் வினோத்.

'சரி சீக்கிரம் வந்துருடா' என்று நண்பர்கள் சொன்னார்கள்.

பெனிட் காரை ஓட்டத் தொடங்கினான்.

'பை பை' என்று சொல்லி விட்டு நாகர்கோவில் நோக்கி வந்த பேருந்தில் ஏறினான் வினோத்.

கன்னியாகுமரி மாவட்டத்தில் தாங்கள் பார்த்த, கேள்விப்பட்ட, பல இடங்களின் சிறப்புகளை வாழ்நாள் முழுவதும் அசைபோடும் நினைவுகளுடன் நண்பர்கள் சென்னை நோக்கிப் பயணமானார்கள்.